# கி.ராஜநாராயணன் நூற்றாண்டு விழா
### சிறப்பு வெளியீடு

கி.ராஜநாராயணனின்
மொழிநடை பற்றிய
ஆராய்ச்சி நூல்

# கி.ரா.வின்

## மொழி அரசியல்

சிலம்பு நா.செல்வராசு

டிஸ்கவரி பப்ளிகேஷன்ஸ்
எண்: 9, பிளாட் எண்: 1080A, ரோஹிணி பிளாட்ஸ்
முனுசாமி சாலை, கே.கே.நகர் மேற்கு,
சென்னை – 600 078. பேச: 99404 46650

வெளியீட்டு எண்: 0285

## கி.ரா.வின் மொழி அரசியல் (கட்டுரை)
ஆசிரியர்: சிலம்பு நா.செல்வராசு©

அட்டைப் புகைப்படம் : புதுவை இளவேனில்

### KI.RAA.VIN MOZHI ARASIYAL
Author: **Silambu N.SELVARAJ**©

Print in India
1st Edition: September - 2023
ISBN: 978-93-95285-98-8
Pages - 80
**Rs - 120**

---

### *Publisher* • *Sales Rights*

| **Discovery Publications** | **Discovery Book Palace (P) Ltd** |
|---|---|
| No. 9, Plot,1080A, Rohini Flats, Munusamy Salai, K.K.Nagar West, Chennai - 78. Tamilnadu, India. Mobile: +91 99404 46650 | No. 1055-B, Munusamy Salai, K.K.Nagar West, Chennai-600 078. Ph: (044) 4855 7525 Mobile: +91 87545 07070 |

discoverybookpalace@gmail.com / www.discoverybookpalace.com

---

இந்த நூலில் பிரசுரமாகியுள்ள எந்த ஒரு பகுதியையும் எழுத்துபூர்வமான முன்அனுமதி பெறாமல் எடுத்தாள்வதோ, மறுபிரசுரம் செய்வதோ, மொழியாக்கம் செய்வதோ, ஊடகங்களில் மறுபதிப்புச் செய்வதோ, காப்புரிமைச் சட்டப்படி தடை செய்யப்பட்டுள்ளது. இந்த நூலிலிருந்து சில பகுதிகளை மேற்கோள்காட்டி நூல்அறிமுகம் செய்யலாம்.

உங்கள் மொபைல் போனிலிருந்து ஸ்கேன் செய்து 'டிஸ்கவரி புக் பேலஸ்' மொபைல் ஆப்பை டவுன்லோடு செய்து, புத்தகங்களை வாங்குங்கள்.

Scan and download

## என்னுரை

கி.ரா. என்னும் தமிழ்ப் படைப்புலக மேதை கி.ராஜநாராயணன் அவர்கள் புதுவைப் பல்கலைக்கழகத்தில் வருகைதரு பேராசிரியராக அமர்த்தம் பெற்ற காலத்தில், நான் அவரது ஆய்வுத்திட்டத்துக்கான ஆராய்ச்சி உதவியாளனாக அமர்த்தம் பெற்றேன். 1990ஆம் ஆண்டு தொடங்கி, அவர் மறைந்த பின் அவரது உடல் புதுவையை விட்டுப் புறப்பட்டது வரை ஏறத்தாழ முப்பத்திரண்டு ஆண்டுகள் அவருடன் பயணிக்க முடிந்தது. ஒரு பேராசிரியராகப் பார்த்த நாள்முதல் ஒரு தந்தையாக, வழிகாட்டியாக, நடந்த நிகழ்ச்சிகளைப் 'பேராசிரியர் கி.ரா.' என்னும் நூலில் விரிவாக எழுதி உள்ளேன். எங்கள் திருமணம் ஆகட்டும், மகள் பிறந்த நாள், வீடு குடிபோதல் இன்னும் பல்வேறு நிகழ்வுகள் அவரும் அம்மாவும் கலந்துகொள்ளச் சீரோடுதான் நடந்தேறின.

கி.ரா. அவர்கள் கற்ற கல்வியும் கற்றுக்கொண்ட முறையும் கற்ற இடமும் அவர்க்கும் முன்பு இல்லாதவை. கல்வி கற்றார் ஆனால், அது பள்ளிக் கல்வி இல்லை. கற்ற இடமும் பள்ளிக்கூடம் இல்லை. இவ்வாறு சிறுவயது முதலே அவர் தனித்துவம் மிக்கவராக விளங்கினார். முதல் புதினத்தை அவர் எழுதியபோது 'அது புதினம் இல்லை' என்றனர். அவரும் 'ஆமாம், நான் புதினம் என்பதாக எதுவும் எழுதவில்லை' என்றார்.

முதல் வட்டார வழக்குச்சொல் அகராதியை உருவாக்கினார். அது எந்த அகராதியையும் முன்மாதிரியாகக் கொள்ளவில்லை. 'அது அகராதி இலக்கணத்தோடு இல்லை' என்றனர். ஆனால், பிற்காலத்தில் அவரது முதல் புதினம் தமிழின் தலைசிறந்த புதினமாக உச்சம் பெற்றது. அகராதியும் அப்படியே.

இவ்வாறாக அவரது மொழிநடையையும் கொள்ள வேண்டி உள்ளது. கி.ரா.வின் மொழிநடையும் ஒரு முன்மாதிரி மொழிநடையாகத்தான் கொள்ள வேண்டி உள்ளது. கடந்த முப்பது ஆண்டுகளுக்கும் மேலாக அவ்வப்போது இவ்வாறான மொழிநடை பற்றிப் பேசுவது உண்டு. நான் அண்ணாமலைப் பல்கலைக் கழகப் புலவர் பட்ட மாணவன். மொழிநடையைப் பொறுத்தவரை இருவருமே இருவேறு வழியில் செல்பவர்கள். என்னுடைய எல்லா நூல்களின் முதல் படியையும் அவருக்குக் கொடுத்துள்ளேன். என் மொழிநடை அவரைப் படுத்தி எடுத்துவிடும். இது பற்றியும் பேசி இருக்கிறோம்.

அவர் எழுதும் அனைத்துப் படைப்புகளையும் கையெழுத்துப் படிநிலையிலேயே மிகச் சிலரிடம் வாசிக்கக் கொடுப்பார். அவர்களுள் நானும் ஒருவன்.

உண்மையைச் சொல்ல வேண்டும் என்றால் அவர் படைப்பு மொழிநடை பல நேரங்களில் என்னை மனச்சோர்விலிருந்து மீட்டுள்ளது. துயர் மிகும் காலங்களில் படிக்கும்போது அத்துயரிலிருந்தும் மீட்டுள்ளது. எத்துணைப் பேருக்கு இந்த அனுபவம் ஏற்பட்டது என்பது தெரியவில்லை.

ஆனால், நூற்றுக்கணக்கான நூல்களுக்கு மெய்ப்புத் திருத்தம் செய்தவன் நான். எந்தக் காலத்திலும் மெய்ப்புத் திருத்தம் செய்ய அவர் தன் நூலைக் கொடுத்தது இல்லை. இதனை வரமாகவும் கொள்ளலாம்; சாபமாகவும் கொள்ளலாம்!

அவர் உயிருடன் இருந்தபோது இந்த நூல் வெளி வந்திருந்தால் உள்ளபடியே மகிழ்ந்து போயிருப்பார்.

*\*\**

கி.ரா.வின் நூற்றாண்டுப் பதிவாக இருக்கட்டுமே என்று இந்நூலை உருவாக்கி உள்ளேன். இந்நூலை உருவாக்கத் தெளிதமிழ் இதழ்களின் பழந்தொகுப்புகளைத் தேடித் தந்து உதவியவர் கலைமாமணி இளமுருகன் அவர்கள். தனித்தமிழ்ப் போராளி. இந்நூல் பற்றி அவரிடம் கலந்துரையாடியது சிறப்பானது. இதேபோல் தோழர் ந.மு.தமிழ்மணி அவர்களுக்கும் நன்றி சொல்லுதல் வேண்டும். புதுச்சேரி மொழியியல் பண்பாட்டு ஆராய்ச்சி நிறுவன நூலகர் சகோதரர் கு.இராசேந்திரன் தொடர்ந்து நான் நூல் எழுத நூல்களைத் தந்து உதவுபவர்.

கி.ரா.வின் 95ஆம் பிறந்தநாளை வெகு சிறப்பாக நடத்தித் தொடர்ந்து பல்வேறு நிகழ்வுகளைத் திட்டமிட்டு இப்போது நூற்றாண்டு விழாவை நடத்த விழையும் தோழர் ஒளி ஓவியப் புலவர் இளவேனில் அவர்களுக்கு நன்றி சொல்ல வேண்டும். மிக உற்சாகமாக இந்நூல் உருவாக்கத்தை வரவேற்றுள்ளார்.

அண்மைக் காலங்களில் கி.ரா. நிகழ்வுகளை நடத்த எங்களோடு இணைந்துள்ளவர் தம்பி பேராசிரியர் பா.இரவிக்குமார் அவர்கள். இந்நூலின் மெய்ப்புத் திருத்தத்தை ஒரு வகைத் திறனாய்வோடு செய்தவர் தம்பி பேராசிரியர் கே.பழனிவேலு அவர்கள். இந்த நூலினை வெளியிட்ட அன்பிற்குரிய சகோதரர் மு.வேடியப்பன் அவர்களுக்கு வணக்கங்களும், நன்றிகளும். இந்நூல் பற்றிப் பன்முகமாக உரையாடிய தோழர் எழுத்தாளர் பொன்ஸீ அவர்களை நன்றியோடு நினைவுகூர்தல் வேண்டும்.

நிறைவாக, ஒரு செய்தியைக் குறிப்பிடுதல் வேண்டும். இந்நூலில் நீண்ட மேற்கோள்களை அப்படியே தந்துள்ளேன். இது கருத்துப் புரிதலுக்கு உதவக்கூடும். என்னுடைய ஏனைய நூல்கள் போல் அல்லாமல் இந்நூலில் ஏராளமான வடமொழிச் சொற்கள் இடம்பெற்றுள்ளன. தமிழர்கள் பொறுத்தருள வேண்டும்.

அன்பன்,
சிலம்பு நா.செல்வராசு

புதுச்சேரி,
29.08.2023.

# உள்ளடக்கம்

| | பக்கம் |
|---|---|
| **கி.ரா.வின் மொழி அரசியல்** | 11 |
| மொழித்தொன்மையும் கி.ரா.வின் கருத்தும் | 13 |
| மக்கள்மொழியும் சாம்பார்மொழியும் | 18 |
| கி.ரா.வும் மொழித்தூய்மையாளரும் | 22 |
| தமிழை வளப்படுத்தும் பிறமொழிச் சொற்கள் | 24 |
| சமஸ்கிருதம் மக்கள்மொழியா? | 25 |
| கி.ரா.வின் மொழி அரசியல்: தொகுப்புரை | 26 |
| **கி.ரா.வின் மொழி அரசியல் கருத்து முரண்பாடும் கடிதப்போக்குவரத்தும்** | 30 |
| பேசுவதுபோலவே எழுத வேண்டுமா? திருமுருகனாரின் மடல் | 31 |
| பேசுவதுபோலவே எழுத முடியுமா? | 33 |
| எல்லாருக்கும் எளிதில் விளங்குவது வட்டார வடிவமா? செந்தமிழ் வடிவமா? | 34 |
| பண்டித நடை என்று எதைச் சொல்கிறீர்கள்? | 36 |
| இந்த நச்சுத் தேர்வைக் கைவிடுக | 36 |
| திருமுருகனாரின் திறந்த மடலுக்குக் கி.ரா.வின் பதில் மடல் | 37 |
| கி.ரா.வின் மடலுக்குத் திருமுருகனாரின் எதிர்வினை | 42 |
| கி.ரா.வின் கருத்தியல் பற்றிச் சங்கமித்திராவுக்கும் திருமுருகனார்க்கும் இடையே நடந்த கடிதப் போக்குவரத்துகள் | 45 |
| திருமுருகனார்க்குச் சங்கமித்திரா கடிதம் | 46 |

| | |
|---|---|
| சங்கமித்திராவுக்குத் திருமுருகனார் கடிதம் | 50 |
| கி.ரா.வின் மொழி அரசியல் கருத்து முரண்பாடும் கடிதப் போக்குவரத்தும்: தொகுப்புரை | 53 |

## கி.ரா.வின் மொழி அரசியல் மதிப்பீடு — 57

| | |
|---|---|
| புதுச்சேரியின் மொழிச் சூழலும் கி.ரா.வின் மொழிநடையும் | 57 |
| கி.ரா.வின் மொழிநடைக்கு இலக்கண அடிப்படைகள் உண்டா | 66 |
| மக்கள்தமிழ் x பண்டிதர்தமிழ் எது உயர்ந்தது? ஆய்வு முடிவு | 70 |
| பல்லவர் காலத்துப் பண்டிதர்மொழியே அல்லது கவிதைமொழியே தமிழைக் காத்தது | 71 |
| சோழர் காலத்து மக்கள்மொழியே அல்லது பேச்சுமொழியே தமிழைக் காத்தது | 73 |

**துணை நூல்கள்** — 75

# கி.ரா.வின்
# மொழி அரசியல்

கி.ரா.வின் மொழிநடை பற்றி மானுடவியல் அறிஞர் பக்தவத்சல பாரதி (2020) கூறுவதிலிருந்து இப்பகுதியைத் தொடங்குவது நல்லது.

“பேசுவதுபோல் எழுதுதல் என்பதே கி.ரா.வின் மொழிக் கோட்பாடு. செந்தமிழுக்குத் தாய்மொழியாளர்கள் இல்லை. பேச்சுத்தமிழே அனைவருக்கும் தாய்மொழி. செந்தமிழை அல்லது தர மொழியைப் பள்ளியில் சேர்ந்த பின்னரே கற்றுக்கொள்கிறோம். அதுவரை பேச்சுத்தமிழே நமக்கு எல்லாமும். தரமொழியைக் கற்ற பிறகும் பேச்சுத்தமிழே வாழ்க்கை மொழியாக இருக்கிறது. இந்த மொழியியல் உண்மையை எழுத்தில் கொண்டு வந்த முன்னோடி கி.ரா. ஆவார்.”

இவ்வாறு எழுதும் அறிஞர், பேச்சுத்தமிழை ஒரு முறை யியலாக மாற்றியவர் கி.ரா. என்பதை விவரித்துக் கூறுவர்.

ஒரு மானிடவியலாளன் என்ற வகையில் கி.ரா.வின் எழுத்துக்களை நான் கவனித்தும் வாசித்தும் வந்திருக்கிறேன். ‘கரிசல் எழுத்தாளர்’, ‘கரிசல் எழுத்தின் தந்தை’ என்பதல்ல அவரின் அடையாளம். ‘பேசுவதுபோல் எழுதுதல்’ என்பதே அவருடைய அடையாளம்;

எழுதுவதாலேயே அத்தனையையும் பதிவிட முடியும் என்பதை ழாக் தெரிதா மறுக்கிறார். எழுத்தைத் தாண்டிக் காண்பதற்கு நிறைய உள்ளன. கி.ரா.வும் அதைத்தான் செய்து

வந்திருக்கிறார். தொடக்கத்தில் கி.ரா. தனக்குள் பேசி வந்தார். பின்னர் மற்றவர்களிடம் பேசி வந்தார். அதன் பின்னர்ப் பேசுவதுபோல எழுதத் தொடங்கினார். அவரது எழுத்து முறையானது பேச்சையே சார்ந்திருக்கிறது.

எழுதுவது என்பது ‘அறிவின் செயல்பாடு’; பேசுவது என்பது ‘மனத்தின் செயல்பாடு’, எழுத்து, கண்களால் (புலன்களால்) உணரப்படுவது பேச்சு, மனத்தால் உணரப்படுவது, கி.ரா.வின் முறையியல் இப்போது நமக்குப் புரிகிறது.

பேச்சுமொழிக் கூறுகள் பழந்தமிழ்க் கூறுகளைக் கொண்டவை. பேச்சுமொழியே செம்மொழிக்கு வேர். பேச்சுக்கும் எழுத்துக்குமான வரலாற்று மொழியியல் தமிழின் காலப் பார்வையைக் காட்டும். கிளைமொழிகளும் வட்டாரப் பண்பாடுகளும் தமிழ் மரபின் பன்மைத் தன்மையைக் காட்டும். இவற்றைச் சிலாகித்துத் தன் எழுத்தில் கொண்டாடியவர் கி.ரா.

கி.ரா. அளவுக்குப் பேச்சுமொழியைக் கையாண்டவர்கள் குறைவுதான். இந்த வகைமையில் கி.ரா. ஓர் ஆகச் சிறந்த ஆளுமையாக விளங்குகிறார். மனத்தையும் பேச்சையும் நெருக்கத்தில் காட்டியவர் கி.ரா. அவை இரண்டையும் எழுதிக் காட்டினார் (பக்தவத்சல பாரதி. *2020*).

வட்டாரவழக்கு என்று பெருந்தகைகளாலும் செம்மல்களாலும் அறிஞர்களாலும் அவதூறு செய்யப்பட்ட மக்கள்மொழி என்பது ஒரு மொழிக்கிடங்கு என்று எப்போதும் நிறுவியர் கி.ரா. என்பர் நாஞ்சில் நாடன் *(2023)*. கி.ரா.வின் மொழிநடை பற்றி விளக்கும் பெ.மகேந்திரன் *(2023)* அந்நடையை ‘மொழி வேதியியல்’ என்று கூறுவர். சொல்வது கதையாக இருந்தாலும் செய்தியாக இருந்தாலும் அவர் இலக்கணத்தை மீறியதாகவும் தெரியாது; இலக்கணப் படி அமைந்ததாகவும் தெரியாது. மனுசன் எங்கிருந்து இதைக் கற்றாரோ தெரியவில்லை என்பர் பெ.மகேந்திரன் *(2023)*.

எம்.ஏ.நுஃமான் *(2023)* கி.ரா.வின் படைப்புப் பற்றிக் கூறும் கருத்து கருதுவதற்குரியது. கி.ரா.வின் படைப்புகளில் ராஜநாராயணன் என்ற படைப்பாளனை விட அவருக்குள்

இருக்கும் நாட்டுப்புறவியலாளனின் ஆதிக்கமே மேலோங்கி உள்ளது என்று முடிவுரைப்பர். இவர் இந்த முடிவைக் கி.ரா.வின் கூற்றுகளிலிருந்தே பெற்றிருக்க வேண்டும். கி.ரா. எழுதுகிறார்,

"என்னுடைய மக்கள் பேசுகிற பாஷையில் அவர்கள் சிந்திக்கிற மனோ இயலில் அவர்கள் வசிக்கிற சூழலில் அமைய வேண்டும் என்னுடைய படைப்பு என்று நினைக்கிறவன் நான். அவர்கள் சுவாசிக்கிற காற்றின் வாடை, அவர்கள் பிறந்து வளர்ந்து விளையாடித் திரிந்த கரிசல் மண்ணின் வாசம் எல்லாம் அப்படியே என் எழுத்துகளில் கொண்டு வந்துவிட வேண்டும் என்பது என்னுடைய தீராத விருப்பம்" *(கி.ராஜநாராயணன்.1975)*. கி.ரா.வின் எழுத்து முறையை ஓர் அடர் வரைவியலாக விவரித்துக் கூறுவார் பக்தவத்சல பாரதி *(2020)*. மொழியின் கதவைத் திறக்கத் தெரிந்த அலிபாபா கி.ரா. என்று பாராட்டும் க.பஞ்சாங்கம் முதலான பலரும் கி.ரா.வின் மொழிநடை பற்றிய வன்மை மென்மைகளை ஆராய்ந்துள்ளதை அறிய முடிகின்றது. இவை ஒரு புறமாக; இந்நூல் கி.ரா.வின் மக்கள்தமிழுக்கும் பண்டிதர்தம் செந்தமிழுக்கும் இடையே நிகழ்ந்த மொழி அரசியல் குறித்த கருத்தைப் பதிவு செய்வதாக அமைக்கப்பட்டுள்ளது.

## மொழித்தொன்மையும் கி.ரா.வின் கருத்தும்

தமிழ்மொழியின் தொன்மை பற்றிய கருத்தாடலில் கி.ரா. அய்யா அவர்களுக்குத் தனித்த புரிதல் இருந்துள்ளது. தமிழ்ப் பண்டிதர் மரபு, காலம் காலமாகத் தமிழ்மொழியின் பழைமை பற்றியும் புனிதம் பற்றியும் ஏராளமான கருத்துகளை உருவாக்கி வந்துள்ளது. தமிழ் இனத்தின் பெருமை மிக்க அடையாளங்களாக அவை திகழ்ந்துள்ளமையையும் சுட்டுதல் வேண்டும். இருபதாம் நூற்றாண்டின் முற்பகுதியில் தமிழ்த் தேசியக் கருத்தியல் உருவாக்கத்துக்கு இவ்வாறான தமிழ்மொழித் தொன்மங்கள் பெரிய அளவில் தம் பங்களிப்பை அளித்துள்ளதை மறுத்தற்கில்லை. என்றாலும் அதே காலக்கட்டங்களில் வெளிவந்த இரண்டு ஆராய்ச்சிகளை இங்கே சுட்ட வேண்டுவது தேவையாகின்றது. ஒன்று அறிஞர் கைலாசபதி நிகழ்த்திய 'அடியும் முடியும்'

என்ற கட்டுரை. மற்றொன்று கா.சிவத்தம்பி அவர்கள் எழுதிய 'தனித்தமிழ் உருவாக்கத்தின் அரசியற் செயற்பாடு' பற்றிய நூல். இந்த இரண்டு ஆய்வுகளைக் கி.ரா. அய்யா படித்தாரா என்பதை உறுதி செய்ய முடியவில்லை. ஆனாலும் அவ்விருவர் கருத்துகளை உள் வாங்கியே கி.ரா. அய்யாவின் சிந்தனைகளைப் புரிந்துகொள்ள வேண்டி உள்ளது.

தமிழ்மொழியின் தொன்மை பற்றிக் கி.ரா. அய்யா கூறுவதை அவர் மொழிநடையிலேயே தருவது நல்லது.

"யாமறிந்த மொழிகளில் தமிழ்மொழி போல் உலகெங்கிலும் தேடினாலும் கிடையாது என்று பாரதி சொல்லியிருக்கிறானே அது பற்றி...

அது பொய்யில்லை; அதில் ஒரு உண்மை பொதிந் திருக்கிறது. இதைப் பற்றிக் கொஞ்சம் (விஸ்தாரமாகவே) பார்க்கலாம்.

பாரதி மட்டுமல்ல, எல்லாருமே உலகத்தில் தங்கள் தங்கள் தாய்மொழி பற்றி என்ன சொல்லியிருக்கிறார்கள் என்று நாம் பார்க்க வேண்டும்.

**''எனது அவார் மொழி**
**நாளை அழியும் எனில் – யான்**
**இன்றே மரிப்பேன்...''** என்கிறார் ரசூல் கம்சதோவ் என்கிற ஒரு ருஷ்ய நாட்டின் அவார் மொழிக்கவிஞர்.

தங்கள் தங்கள் தாய்மொழியைப் பற்றிப் பெருமிதமும் கர்வமும் கொள்ளாதவர் எவருமில்லை உலகில் என்றே சொல்லலாம். ஆச்சார்ய விநோபா பாவே இந்தியாவை நடந்தே சுற்றிப் பார்த்த நிகழ்ச்சி நம் காலத்தில் நடந்தது.

அப்படி அவர் நடந்து போகும்போது ஒரு ஒரியாக்காரன் எதிர்ப்படுவான். ஒரு வங்காளி எதிர்ப்படுவான்; தெலுங்கனோ தமிழனோ தட்டுப்படலாம், அப்படி எதிர்ப்படுகிற மக்களிடம் நேராக அவனவன் மொழியிலேயே அவனோடு பேச வேண்டும் என்கிற ஆர்வத்தின் காரணமாக ஆச்சார்ய பாவே ஒவ்வொரு மொழியையும் கற்றுக்கொள்ளத் தொடங்கினார். ஒரு மொழியைப் பேசவும், படிக்கவும் கற்றுக்கொண்ட பிறகுதான் அந்த அந்த மண்ணில் காலடி

எடுத்து வைப்பார். அவருக்குள்ள திறமை, மொழி அறிவு காரணமாக ஒரு மொழியைச் சீக்கிரமாகக் கற்றுத் தெளிய முடிந்தது. வங்காளத்தில் நடந்து வரும்போதே ஒரியா மொழியைக் கற்றுக்கொண்டு விடுவார். இப்படியாக விசால ஆந்திரத்தில் அவர் நடந்து வரும்போதே தமிழைக் கற்றுக்கொண்டு வருகிறார் என்கிற செய்தி இங்கே நம்மவருக்குக் கிடைத்தது. கேட்கணுமா சந்தோஷத்தை.

படிக்கட்டும் படிக்கட்டும்; படித்தால்தான் தெரியும் இந்த வினோபாவுக்கு. படித்துவிட்டுச் சொல்லப்போகிறார் இந்த இந்தியெல்லாம் சும்மா; தமிழ் தமிழ்தான். அதுக்கு ஈடு இணை இந்த ஈரேழுலோகத்திலும் கிடையாது என்று சொல்லப்போகிறார் என்று பந்தயம் கட்டினார்கள்.

சாதாரண மக்களுக்கே இப்படியென்றால் கவிஞர்களைப் பற்றிச் சொல்ல வேண்டுமா? பாரதியும் பாரதிதாசனும் தமிழ் நாட்டைப் பற்றியும் தமிழ்மொழியைப் பற்றியும் கவிதையில் சொல்லியிருப்பதை விடவும் இனி யார் வந்து அதிகம் சொல்லிவிடப் போகிறார்கள்? அது என்னமோ இந்தக் கவிஞர்கள் மொழியறிஞர்கள் எழுத்தாளர்கள் இவர்களுக்குத் தங்கள் தங்கள் மொழி பற்றி அப்படி ஒரு கிறுக்கு?

தமிழ்மொழியைக் கற்றுக்கொண்டு ஆச்சார்ய வினோபாவே தமிழ்நாட்டின் எல்லையில் காலடி எடுத்து வைத்ததும் அவரை வரவேற்கத் தமிழ் அறிஞர்கள் பண்டித மணிகள் புலவர்கள் அனைவரும் போனார்கள். அதேபோல் மலையாளத்துப் புலவர்களும் வந்திருந்தார்கள். ஏனென்றால் தமிழ் நாட்டை நடந்து கடந்து முடிவதற்குள் மலையாளத்தைக் கற்றுக்கொள்ள வேணுமே.

தமிழ்நாட்டு எல்லையில் பாவேவுக்கு அமோக வரவேற்பு இந்தக் கூட்டத்தில் பத்திரிகைக்காரர்களும் தமிழ் நாட்டுப் பத்திரிகைகாரர்களும் இருந்தார்கள். எல்லாரும் சேர்ந்து பாவேயிடம் சரமாரியாகவே கேள்விகள் கேட்கிறார்கள்.

தமிழ்மொழியைக் கற்றுக்கொண்டுவிட்டீர்களாமே. தமிழில் பேசுவீர்களா?

தமிழுக்கு என்றே ஒரு சிறப்பு ‘ழ’ இருக்கே.

அதைப் பிழைபடாமல் உச்சரியுங்கள் பார்க்கலாம்? தமிழ் இலக்கிய நூல்களை-யார் உதவியும் இன்றிப் படிக்க முடியுமா உங்களால்? முதல்லெ திருக்குறளைப் படித்தீர்களா?"

இப்படியாகப் போட்டு அவரைக் கேள்வி மழையால் திணற அடித்தார்கள்.

காந்தியின் தலைமைச் சீடரல்லவா. பொறுமையாய் அவற்றுக்கெல்லாம் பதில் சொன்னார் பாவே. தமிழில் இவர்களோடு உரையாட உரையாட இவர்களுக்குத் தரையில் பதிந்திருந்த கால்கள் கொஞ்சங் கொஞ்சமாகத் தரையிலிருந்துமேலே கிளம்பிப் போய்க்கொண்டிருந்தன. வெளிநாட்டுக்காரர்கள், அந்நிய மொழிக்காரர்கள் யாராவது நம்முடைய மொழியைப் புகழ்ந்து பேசிவிட்டால், நமது குழந்தையை யாராவது புகழ்ந்தால் எப்படி நமக்கு உச்சிகுளிருமோ, அப்படி ஆகிக்கொண்டு வந்தார்கள், நம்ம ஆட்கள்.

கடேசியில் யாரோ சில கேள்விகள் கேட்டார்கள். அந்தக் கேள்விக்கு முன்னுரையாகச் சிலதுகளையெல்லாம் சொன்னார்கள். அதாவது இந்தத் தமிழ்மொழியை உண்டாக்கித் தந்தது, மனுசன் அல்ல; கயிலையில் அமர்ந்திருக்கும் ஆதிசிவனார்; அதைக் கொண்டு வந்து குறுமுனியாகிய அகத்தியன்பொதியை மலையில் வைத்து வளர்த்து அதுக்குப் பிறகுதான் தமிழ் மக்களிடம் ஒப்படைத்தான். அப்பேர்க்கொத்த மொழியல்லவா இந்தத் தமிழ்மொழி. இந்தப் பெருமை வேற எந்த மொழிக்காவது (அதாவது நீங்கள் படித்தீர்களே எத்தனையோ மொழி அவற்றில் எந்த மொழிக்கேணும்) உண்டா?

உண்டா உண்டா உண்டா...?

எல்லாரும் ஆவலோடு வினோபா பாவே என்ன சொல்லப் போகிறார் என்று காதுகளை அவர் பக்கம் திருப்பி வைத்துக்கொண்டு கவனிக்கிறார்கள், தாளின் மேல் பேனாவின் முள் நுனியை ஒட்ட வைத்துக்கொண்டு அவரின் மூஞ்சியையே பத்திரிகை நிருபர்கள் பார்த்துக் கொண்டிருக்கிறார்கள்... இவர்கள் படுகிற சிரமம் ஒன்றும் அவருக்கு இல்லை; அவர் ரொம்ப நிதானமாக இயல்பாகத் தீர்க்கமாகச் சொன்னார்.

"இந்தியாவில் மட்டுமல்ல உலகத்தில் எங்குமே, மக்கள் தங்கள் மொழியை இறைவன் உண்டாக்கித் தந்ததாகவே நம்புகிறார்கள்."

தரையிலிருந்து கால் எழும்பி மேலே போனவர்களின் கால்கள் தட்டென்று தரையைத் தொட்டன. சப்பென்று போய்விட்டது பலபேருக்கு. பாவி மட்டை, இந்த வினோபாவே இப்படிச் சொல்லிட்டாரே என மனச் சலிப்பு சிலருக்கு.

என்ன செய்ய; பல வெளிநாட்டுக்காரர்களைப்போல இவரும் தமிழைப் புகழ்ந்து சொல்லி இருக்கலாம் நாலு வார்த்தை. எது சத்தியம் என்று மனசில் பட்டதோ அதைச் சொல்லி விட்டார் மனுசன். ஒரு பொய் அல்லது ஒருமிகை நாலு பேரைச் சந்தோஷப்படுத்தும் என்றால் அதைச் சொல்வதில் குற்றம் கிடையாது என்றெல்லாம் இருப்பது இவருக்குத் தெரியாது. யார் தயவும் அவருக்குத் தேவையில்லை. சன்யாசி அவர்."

கி.ரா.அய்யாவின் இந்தப் பதிவு தமிழ்மொழியின் தொன்மை பற்றிய அவரது கருத்தை வெளிப்படுத்தி உள்ளது. உலகில் உள்ள எல்லா மொழிகளுக்கும் இவ்வாறான புனிதக் கட்டமைப்புகள் உண்டு என்பதே அவரது முடிந்த முடிபாகும். அவரவர் மொழி பற்றிப் பெருமிதம் கொள்ள அவரவர்க்கு உரிமை உண்டு என்று கூறும் அவர் மொழியில் உயர்வு தாழ்வு என ஒன்று இல்லை என்ற முடிவுக்கு வருகிறார். அவரது பதிவில் 'ஊதுகிற சங்கை ஊதிவிட்டார்' என்ற தொடர் குறிப்பிடத்தக்கது. 'ஊதுகிற சங்கை ஊதிவிட்டார் விடியும் போது விடியட்டும்' என்பதே இம்மொழியின் முழு வடிவம் ஆகும். இதன்படி வினோபா பாவே சரியான கருத்தைத் தமிழ் நாட்டிற்குச் சொல்லி விட்டார். பண்டிதர்கள் அதன் உண்மையை உணரும்போது உணரட்டும் என்பதாகப் பொருள் கொள்ள முடியும்.

இரண்டாவது 'பல வெளிநாட்டுக்காரர்களைப்போல இவரும் தமிழைப் புகழ்ந்து சொல்லியிருக்கலாம் நாலு வார்த்தை. எது சத்தியம் என மனசில் பட்டதோ அதை சொல்லிவிட்டார்' என்ற கருத்துத் தொடர்கள் தாம் அக்காலக்கட்டத்தில் பெரும் கருத்து முரண்களைத்

தோற்றுவித்தன. இக்கருத்து முரண்களின் தொடர்ச்சி சென்ற நூற்றாண்டின் கடைசி பத்து ஆண்டுகள் வரை எதிரொலித்துக் கொண்டிருந்தது. இதுபற்றியும் எதிர்வரும் பகுதியில் ஆங்காங்கே விளக்கங்கள் மூலம் பெற உள்ளதைச் சுட்டுதல் வேண்டும்.

## மக்கள்மொழியும் சாம்பார்மொழியும்

செந்தமிழ் வழக்கு, கொடுந்தமிழ் வழக்கு என்று இரண்டு மொழி வழக்காறுகள் தமிழ் இலக்கண மரபில் உண்டு. கி.ரா. அய்யாவைப் பொறுத்தவரை கொடுந்தமிழ் வழக்கை 'மக்கள்தமிழ்' என்று பெருமைப்படுத்தினார். எண்ணற்ற மக்கள் பேசும் மொழியை ஏன் 'கொடிய' என்று அடைமொழி கொடுத்து அழைக்க வேண்டும் என்று வினாவை எழுப்பினார். 'மக்கள்தமிழ் வாழ்க' என்று நூலும் எழுதினார். மக்கள்தமிழ் என்பது அந்தந்த வட்டார மக்கள் பேசும் வட்டார மொழி ஆகும். தமிழ்மொழியைப் பொறுத்தவரை பல்வேறு வட்டார வழக்குகள் உண்டு. இதுபற்றிக் கி.ரா. அய்யா கூறுவது வருமாறு:

"தமிழ்த் தாய்க்கு எத்தனையோ முகங்கள். நாம் நினைத்திருந்ததுபோல் அவளுக்கு ஒரே முகம் இல்லை. "முப்பது கோடி முகமுடையாள்" என்று பாரதி சொன்னது தேசத்துக்கு; இது நாட்டுக்கு (தமிழ் நாட்டுக்கு) தமிழ்த் தாய்க்குச் செட்டி நாட்டில் ஒரு முகம், கொங்குநாட்டில் ஒரு முகம், சோழ நாட்டில் ஒன்று, நெல்லைச் சீமையில் ஒன்று, கரிசல்க் காட்டில், தொண்டை நாட்டில், நாஞ்சில் நாட்டில், மதுரை மண்ணில் இன்னும் பல, (ஈழத்துத் தமிழையும் சேர்த்துக்கொள்ளலாம்) இப்படி வட்டாரந்தோறும் அவளுக்குத் திருத்தமான முகங்கள் இருக்கின்றன. முகத்துக்கு ஒரு நாக்கு இருக்கிறது. நாக்குக்கு ஒரு பேச்சு இருக்கிறது. தமிழ் மொழி அவ்வளவு பரந்த விஸ்தாரமான மொழி.

ஏற்கெனவே பலமுறை சொல்லியிருக்கிறேன். என்றாலும், அவசியம் கருதிச் சொல்கிறேன். பெரியார் மேடையிலும் கூட அவருடைய தாய்மொழியிலேயே பேசினார். ராஜாஜியும் அவருடைய மண்ணின் மொழியிலேயேதான் மேடையில் பேசினார். கரிசல்காட்டுக் காமராஜரும் அவருடைய மொழி யிலேதான் பேசினார். இந்த முப்பெரும் தலைவர்களும்

மேடையில் பொய்த் தமிழில் பேசவே இல்லை. மெய்யான தமிழ்மொழியில் பேசினார்கள். நாமோ இன்று மேடையில் முகம் இல்லாத மொண்ணை மொழியில் அதாவது தமிழ்போலத் தெரியும் ஒரு பொய்த் தமிழில் முழங்கிக்கொண்டிருக்கிறோம்.

பேச்சுநடையில் பல சௌகரியங்கள் உண்டு. தோன்றுகிற கருத்துக்களைப் பொய்மையில்லாமல் பூச்சு இல்லாமல், மொழி அழகு என்கிற பேரில் விருதாச் சிங்காரிப்பு இல்லாமல் அப்படியே தர முடியும், மொழியின் இனிமை பேச்சு நடையில்தான் புலப்படும். பொதுமை நடை என்பது, எல்லா இசை வல்லுநர்களும் ஒரு ராகத்தை ஒரே மாதரி, ஒண்ணு போலப் பாடினால் எப்படி சகிக்கும்? அதுபோலத்தான்.

சென்னை வானொலியில் "காலை மலர்" நிகழ்ச்சியில் தென்கச்சி கோ.சாமிநாதன் என்பவர் "இன்று ஒரு தகவல்" என்று ஒன்றை மிக நீண்ட நாட்களாய்ச் சொல்லிக்கொண்டு வருகிறார். காலை 7.40 என்று ஞாபகம். கேட்டுப்பாருங்கள். இதில் விசேஷம்; எனக்குப்படுவது. அவர் சொல்லும் விஷயத்தைக் காட்டிலும் அவருடைய பேச்சுநடைதான். இதேபோல் 'வயலும் வாழ்வும்' நிகழ்ச்சியில் டி.வி.யில் துகிலி. சுப்பிரமணியம் என்பவர் சொல்லுவதைக் கேட்டிருக் கிறீர்களா? மற்ற விவசாய நிபுணர்களைப்போல அவர் ஏட்டு நடையில் பேசி, அவரும் திண்டாடி நம்மையும் திண்டாட வைக்க மாட்டார். சரளமான பேச்சுநடையில் பேசுவார்.

வட்டாரந்தோறும் ஒரு தமிழ்நடை என்று உண்டாகி விட்டால் தமிழ் சிதறிச் சிதைந்து போய் விட்டதா? என்றால் போகாது. குடும்பத்தில் பங்காளிகள் இருந்தால், குழந்தைகள் பிறந்தால் சொத்துப் பிரிவினைகள் ஆகிச் செல்வம் அழிந்து விடும் என்று நான் சொன்னால் அதை ஏற்றுக்கொள்வீர்களா? அடி மரத்திலிருந்து கிளைத்துப் பல கிளைகளாகப் பிரிந்து நிற்கும் கிளைகளால் தாய் மரத்துக்கு ஒரு சேதமும் ஏற்படாது.

வட்டாரநடை வாசகனுக்குப் புரிந்துகொள்ள, அறிந்து அனுபவிக்கச் சிரமம் தராதா என்றால், முதலில் கொஞ்சம் சிரமம் இருப்பதுபோலத் தோன்றும். நாக்கு சுவையை அனுபவிக்கப் பழகணும். எனது ஒரு அனுபவத்தை இங்கே சொல்லுகிறேன். நம்முடைய வானொலி நாடகங்களைக்

கேட்டுச் சலித்த எனக்கு, நண்பர் ஒருவர் சொன்ன யோசனை, சனிக்கிழமை தோறும் இரவு 9.30க்குச் சிலோன் வானொலி ஒலிபரப்பும் தமிழ் நாடகங்களைக் கேட்டுப் பாருங்கள் என்றார்.

அந்தக் காலத்தில், அப்போது இந்தக் "கச்சரா" ஏற்படாத காலம் - சனிக்கிழமை தோறும் ராத்திரி 9.30 மணிக்கு ஆவலோடு வானொலிப் பெட்டியின் முன் உட்காரும் வழக்கம் வந்தது. வானொலி நாடகங்கள் என்றால் அதுவல்லவா நாடகங்கள்'. நம்மவன்களும் பண்ணுகிறான்களே சாவஞ்செத்த நாடகங்கள். அந்த ஈழத்து மக்களின் தமிழையே கேட்டுக்கொண்டிருக்கலாம்; என்ன சொகம் என்ன சொகம்!

முதலில் கேட்கக் கொஞ்சம் சங்கடமாகத்தானிருந்தது. பல வார்த்தைகள் புரியவேயில்லை; நுளம்பு, பகடி, பாவிக்கிறது. விசர், சிகெட் இப்படி. அப்புறம் அதுவே, கேட்கக் கேட்க ஆனந்தமாகவும் ரசிக்க முடியும்படியாகவும் இருந்தது.

'மணிக்கொடி கால' எழுத்தாளர்களைத் தொடர்ந்து ஈழத்து எழுத்தாளர்களும் கொஞ்ச காலம் நம்பவர்களைப் போலவே ஒருவகைச் 'சாம்பார்நடை'யில்தான் எழுதிக் கொண்டு வந்தார்கள். பிறகு தாம் தெரிந்தது அவர்களுக்கு, இந்த மொண்ணைத் தமிழ் நடையை உதறிவிட்டு, ஈழ நாட்டு முகம் தெரியும் படியான ஒரு உயிருள்ள தமிழ் நடையில் எழுத வேண்டும் என்று. இந்த நடையை அவர்கள் தங்கள் மக்கள் பேசும் பேச்சுநடையிலிருந்து வடித்தெடுத்தார்கள்; அதில் வெற்றி பெற்றார்கள்."

வட்டாரத் தமிழ் அல்லது மக்கள்தமிழில் பேசுவதும் எழுவதும் தவறில்லை என்று கருத்துக் கூறும் கி.ரா. அய்யா அந்தத் தமிழே சரியானது என்று வாதிடுவர். மொழி புரிதலில் தொல்லை ஏற்படும் என்றால் அதுவும் மிகச் சிறிய அளவாகவே இருக்கும். அப்புரிதலும் வெகு விரைவில் தொல்லையிலிருந்து விடுபட்டுவிடும் என்பதும் அவர் கருத்து. அதேபோலப் பழம் என்பதற்குப் பளம், பலம், பயம், பழம் என்று வேறு வேறு வட்டாரவழக்குகள் மொழியைச் சிதைத்து விட்டதா என்றால் சிதைக்காது என்பதும் அவர் கருத்தாகும்.

எப்படித் தமிழ்த் தாய்க்குப் பல முகங்களும் பல நாக்குகளும் பல பேச்சுகளும் உண்டோ அப்படித்தான் இவ்வாறான வழக்கையும் கொள்ளுதல் வேண்டும் என்பர். வட்டார மொழி அல்லது பேச்சுத்தமிழே தமிழ்மண்ணில் வெற்றி பெற்றிருக்கிறது என்பதற்குத் தமிழ்நாட்டு அரசியல் தலைவர் பேச்சிலிருந்தும் ஈழ வழக்குத் தமிழிலிருந்தும் பல்வேறு எடுத்துக் காட்டுகளைக் காட்டி நிறுவியுள்ளார். இறுதியாக அவர் எடுத்துரைப்பது தாய்மொழியில் பேசுங்கள் என்பதுதான். தாய்மொழி என்பது அம்மா எப்படிக் குழந்தையிடம் பேசினாளோ அப்படிப் பேசுவது என்பது கி.ரா. அய்யாவின் கருத்தாகும். இவ்வாறான தாய்மொழியில் பேசினால் மேடையில் எடுபடுமா என்ற வினாவுக்குக் காமராசர், ராஜாஜி, ஜீவானந்தம் ஆகியோரது பேச்சு நடையை எடுத்துக்காட்டி 'இவர்கள் எல்லாருமே அம்மா சொல்லிக் கொடுத்த மொழியில் பேசித்தான் பெரும் இயக்கங்களைக் கட்டி எழுப்பினார்கள்' என்ற பதிலைப் பதிவு செய்துள்ளார். பேசுவதுபோலவேதான் எழுத வேண்டுமா என்பதற்குக் கி.ரா. அய்யா விடை தந்துள்ளார். "நூத்துக்கு நூறு அப்படியே பேசுகிற மாதிரியே எழுத வேண்டும் என்பதல்ல; பேச்சுநடைக்கும் ஏட்டு நடைக்கும் உள்ள தூரத்தை எவ்வளவுக்குக் குறைக்க முடியுமோ அவ்வளவுக்குக் குறைப்பது நல்லது."

பேச்சுநடை, பேச்சுத்தமிழ், வட்டாரநடை, வட்டார மொழி, தாய்மொழி முதலிய சொற்கள் யாவும் கி.ரா.வின் மக்கள்தமிழ் என்பது குறித்த கருத்தியலை விளக்க அவர் கையாண்டவை ஆகும்.

இதேபோல் கி.ரா. அய்யா சாம்பார்மொழி, சாம்பார்நடை என்ற சொற்களையும் பயன்படுத்தி உள்ளார். சாம்பார் என்பதற்கு முன்பாக ஓட்டல் என்ற சொல்லையும் சேர்த்துப் பேசுதல் வேண்டும். ஓட்டல் சாம்பார்நடை அல்லது ஓட்டல் சாம்பார்மொழி என்றால் என்ன என்பதையும் விளக்கி உள்ளார்.

ஓட்டலில் சாப்பிடுவதற்குப் பல்வேறு நாக்கு ருசிகள் கொண்டவர்கள் வருவார்கள். ஒருவருக்குப் புளிப்புப் பிடிக்கும், ஒருவருக்குக் காரம் பிடிக்கும், ஒருத்தருக்குக் காரமே உதவாது. இப்படி வரும் எல்லாருக்கும் ஒப்புக்

கொள்ளும்படியாக ஒரு சமரச (!) சாம்பார் செய்து விடுவான் ஓட்டல்காரன்.

தமிழ்நாட்டின் பல்வேறு இடங்களில் வட்டாரங்களில் மொழிச் சூழலில் வாழும் தமிழர்கள் அனைவருக்குமான ஒருவகையான சமரச மொழியே சாம்பார்மொழி என்பது அவர் கருத்து. மேலும் 'சாவஞ்செத்தநடை', 'பொய்த்தமிழ்', 'மொண்ணைநடை அல்லது மொண்ணைத்தமிழ்', 'சக்களத்தி நடை', 'ஏட்டுநடை' என்று பல்வேறு சொற்றொடர் மூலம் பண்டிதர் மொழியைக் கி.ரா. அய்யா கிண்டல் செய்திருப்பதை அறிய முடிகின்றது. சாவஞ்செத்தநடை என்பது உயிர் இல்லாத நடையைக் குறிக்கும். மொண்ணைநடை என்பது முகம் அல்லாது விளங்கும் உருவத்தைக் குறிக்கும். சக்களத்தி என்பது நெற்பயிர் இடையே நெற்பயிர்போலவே கலந்து முளைத்திருக்கும் ஒருவகைக் களையாகும். இது விவசாயி களுக்கு மட்டுமே தெரியவரும். ஏட்டுநடை என்பது இலக்கிய நடையைக் குறிக்கும்.

## கி.ரா.வும் மொழித்தூய்மையாளரும்

மக்கள்மொழி x சாம்பார்மொழி என்ற இணை முரண் கருத்தியல் 1990 காலக்கட்டத்தில் பெரும் விவாதத்திற்குரியதாக மாறியிருந்தது. புதுச்சேரியில் உள்ள மரபு சார்ந்த பண்டிதர்களுக்கும் கி.ரா. அய்யாவுக்கும் இடையேயான கருத்து நிலை விவாதங்கள் அன்றைய காலக்கட்டத்தில் பலராலும் பேசப்படுவதாக இருந்துள்ளது. என்றாலும் கருத்து முரண் நிலவி இருந்ததே ஒழிய நட்பு முரண் இருந்தது இல்லை. இவ்வாறான ஒரு சூழலைக் கி.ரா. அய்யா அவர்கள் புதுச்சேரிக்கு வந்த பின்னரே எதிர்கொண்டிருக்க வேண்டும். இடைச்செவலில் இருந்தவரை இவ்வாறான விவாதங்கள் நிகழ்ந்தனவாக அறிய முடியவில்லை. மொழித் தூய்மையாளர், மொழித்தூய்மை இயக்கங்கள் பற்றிக் கி.ரா.வின் கருத்துகள் வருமாறு:

"சுத்தம், தூய்மை என்பதை யார்தான் வரவேற்க மாட்டார்கள். பேசுவதற்கும் கேட்பதற்கும் இனிக்கும்; பூரணமாக முடியுமா என்று தெரியவில்லை. திராவகத்தில் போட்டுத் தங்கத்தைச் சுத்தப்படுத்திச் சொக்கத்தங்கம் ஆக்குவதுபோல மொழியைச் சுத்தப்படுத்திவிட முடியாது.

அப்படிச் சுத்தப்படுத்திவிட்டாலும் அந்தத் தங்கத்தை வைத்து, எப்படி ஒரு ஆபரணம் செய்ய முடியாதோ அதேபோல் அந்த 'படுதூய தமிழை' வைத்துப் படைப்பிலக்கியம் பண்ண முடியாது. அதை மீறிச் செய்தாலும் பண்டிதர்கள் நான்கு பேர் சேர்ந்து மட்டுமே அதை அனுபவிக்க முடியும். அந்தக் காலமெல்லாம் மலையேறிப் போய்விட்டது. மொழியும் இலக்கியமும் இப்போது மக்களை நோக்கி வந்துகொண்டிருக்கிறது. அந்தக் காலத்தில் படித்தவர்கள் என்பதே ரொம்பக் கொஞ்சம். அதோடு சாமானிய மக்கள் படித்துவிடக்கூடாதே என்று பயந்து பயந்து ஏடுகளையும் இலக்கியங்களையும் தங்கள் 'மடியிலே'யே பந்தோபஸ்துப் பண்ணி வைத்துக் கொண்டிருந்த காலம் அது. அதனால் தமிழை விளங்காமல், விளங்கிக்கொள்ள முடியாமல் என்னவெல்லாம் செய்ய முடியுமோ அதெல்லாம் செய்தார்கள். கடல் தாவு(ம்)படலம் என்று சொன்னால் மக்கள் லேசாகப் புரிந்துகொள்வார்கள் என்பதால், "கடறாவு படலம்" என்று சொன்னார்கள்!

அதோடு, தூய தமிழ்வாதிகளுக்குப் படைப்பு இலக்கியம் முக்கியமில்லை: அவர்களுக்கு வார்த்தைகள் தூயதமிழாகிவிட வேண்டும்; அது போதும். அதுவே பெரிய வெற்றி என்று கருதுகிறார்கள். தமிழில் படைப்பு இலக்கியம் என்று அவர்கள் கருதுவது பண்டைய தமிழ்க் கவிதைகளை மட்டும்தான். புதிதாகத் தமிழில் உரைநடை இலக்கியம் தோன்றிச் செழிப்பதிலேயோ அப்படி உண்டாகித் தமிழ்மொழிக்குப் பெருமை சேர்க்க வேண்டுமே என்கிறதிலேயோ ஆர்வம் அவர்களுக்கு இருப்பதாகத் தெரியவில்லை.

புதிய விஷயங்கள் என்று அவர்கள் தங்களோடு சேர்த்துக் கொண்டது, எழுத்தாணிக்கும் பனை ஓலை ஏட்டுக்கும் பதிலாகப் பேனாவையும் தாளையும் வரவேற்றது, புத்தகங்களைச் சேர்த்துக்கொண்டது; இதெல்லாம் பெரிய காரியம்தான்; எல்லாத்தையும் விட, மொழியில் மட்டுமல்ல வாழ்வியலிலும் சுத்த வடிகட்டிய தமிழனாகவே வாழ வேண்டும் என்று சொல்ல அவர்கள் தயாரில்லை. அந்த மட்டுக்கும் அவர்களை ரொம்பப் பாராட்ட வேண்டும் நாம்.

சமூகவியல் விஞ்ஞானம், வாழ்வியல் விஞ்ஞானம் என்றெல்லாம் இருப்பதுபோல மொழியியல் விஞ்ஞானம் என்று இருப்பதை அவர்கள் பார்க்கவில்லை. அல்லது பார்க்க விரும்பவில்லை. வாழ்வியலில் பூரண நவீனத்துவத்தைப் பரிபூரணமாக ஏற்றுக்கொண்டு அவற்றைக் கடைபிடிக்கும் அவர்கள் - இதே பண்டிதர்கள்- மொழியில் மட்டும் படுபிற்போக்காக இருக்கப் பிரியப்படுவது ஒரு ஆச்சரியந்தான்.

இதனால் மொழித்தூய்மையாளரோடு முரண்பாடு கொள்கிறீர்களா என்றால் அப்படிச் சொல்ல முடியாது. முரண்படுவதோ அபிப்ராய வித்தியாசங்களோ கொள்ள அவர்களுக்குரிய உரிமைகளெல்லாம் எனக்கும் உண்டு. தங்களிலிருந்து வித்தியாச அபிப்ராயம் கொண்டவனைக் கம்யூனிஸ்டுகளில் சிலர் உடனே இவன் அமெரிக்காவின் கையாள் என்று எப்படிச் சொல்லிவிடுகிறார்களோ அதேபோல், இவர்களும் இனத் துரோகி, ஆரிய அடிவருடி என்று சொல்லிவிடுவார்கள். தமிழ்மொழி பேரிலுள்ள சொல்லொணாக் காதல்தான் இவர்களைச் சொல்ல வைக்கிறது இப்படி. ஆனால் இவர்களிலும் ஜன நாயகவாதிகளும் அபிப்ராயச் சுதந்திரம் கொண்டவர்களும் இருக்கிறார்கள். குறுகிய சில பேர்களால்தான் குழப்படி. இது இந்தப் பக்கத்திலும் உண்டு. அந்தப் பக்கத்திலும் உண்டு. இவர்களிடம் உள்ள விசேட குணம் அந்த மொழிப் பற்றுதான்; யாருக்குத்தான் அம்மாவின் பேரில் பிரியமில்லை."

### தமிழை வளப்படுத்தும் பிறமொழிச் சொற்கள்

தமிழில் பிறமொழிச் சொற்கள் கலப்பதினால் நன்மை விளையாது, அது மொழி அழிவிற்கே வழிவகுக்கும் என்ற கருத்து நிலவி வரும் சூழலில் கி.ரா. அய்யாவின் கருத்து அதற்கு நேர் எதிர்வினையாக இருப்பதை அறிய முடிகின்றது. பிறமொழிக் கலப்பு மொழி வளர்ச்சிக்கே துணை நிற்கும் என்ற கருத்தை அவர் நிறுவுகிறார். அவர் கூறுவது வருமாறு:

"பிறமொழிச் சொற்களைத் தமிழில் சேர்த்துக்கொண்டால் அது முற்போக்கா என்றால் இல்லை; அது அப்படிப் பார்க்கக் கூடாது. மொழி சம்பந்தப்பட்ட பார்வையையே நாம் மாற்றிக்கொண்டாக வேண்டும். காலநிலைமைகளுக்கு ஏற்ப

இப்படிச் செய்தால் மொழி அழிந்துபோகும் அல்லது திரிந்து வேறு மொழி ஆகிவிடும் என்கிற அவர்களின் அச்ச உணர்வுதான், இதைப்பற்றிப் பேசுவதையோ சிந்திப்பதையோ தடை செய்கிறது. இப்படித் தடை செய்கிறவர்கள் தமிழ்மொழியின் மகோன்னதத்தையும் அதன் அழியாத் தன்மையையும் காண மறுக்கிறார்கள். தமிழ், எத்தனையோ தத்துக்களைத் தாண்டிக் கடந்து கம்பீரமாக நிமிர்ந்து நிற்கிறது. காலம் நிரூபிப்பது என்னவென்றால் என்ன செய்தும் தமிழ் மொழியை அழிக்க முடியாது என்பதே. அதோடு அனைத்துப் புதுமைகளையும் வாங்கிச் செரித்துக்கொள்ளும் மகா தன்மை கொண்ட மொழி, இந்தத் தமிழ்மொழி."

### சமஸ்கிருதம் மக்கள்மொழியா?

கி.ரா. அய்யாவைப் பொறுத்தவரை சமஸ்கிருதம் மக்கள் வழக்கில் இல்லாத மொழி என்பதைக் கருத்தாகக் கொண்டுள்ளார். அவரது தொண்ணூற்று ஆறாவது பிறந்த நாள் விழாவின்போது எழுப்பப்பட்ட வினா ஒன்றிற்குப் பின் வருமாறு அவர் பதில் அளித்தார். "சமஸ்கிருதம் மக்கள்மொழி இல்லை. மக்கள்மொழியாக இருக்க வேண்டும் என்றால் அந்த மொழியில் தாலாட்டும் ஒப்பாரியும் இடம் பெற்றிருக்க வேண்டும். அவை இல்லாததினாலேயே அம்மொழி மக்கள்மொழி என்னும் தகுதியை இழந்து விட்டது. மேலும் அது செத்த மொழியின் வரிசையிலேயும் சேர்ந்து விட்டது" என்று எடுத்துரைத்தார். "சமஸ்கிருதம் செத்தமொழி என்று குறிப்பிட்டால் பலரது மனம் புண்படாதா?" என்று வினா எழுப்பியபோது அவர் கூறினார், "அந்த நோக்கத்தில் இங்கே நான் அதைப் பிரஸ்தாபிக்கவில்லை. இந்த வார்த்தையை முதலில் நான் கேள்விப்பட்டது குற்றாலத்தில், ஒரு நாள் ரசிகமணியும் ராஜாஜியும் பேசிக்கொண்டிருந்தபோது. அவர்கள் இலக்கியம் பற்றியும், சொல் ஆராய்ச்சி பற்றியும் பேசிக்கொண்டிருந்த வயணத்தைப் பார்த்துக் கேட்கக் கிடைத்தவர்கள் பாக்கியவான்கள் என்று சொல்வேன். அப்படி ஒரு பாக்கியம் எனக்கு ஒரே ஒருமுறைதான் வாய்த்தது.

டி.கே.சி.யோடு பேசுகிறபோதுதான் ராஜாஜியால் அப்படி மனம் விட்டுச் சிரிக்க முடியும் என்பதுபோல இருக்கும். ஒரு குழந்தைபோல ராஜாஜி ஆனந்தமாகச் சிரித்தது இன்னும்

என் கண் முன்னால் நிற்கிறது. சமஸ்கிருதத்தை ரசிகமணி குறிப்பிட்டு "அது ஒரு செத்த மொழி" (செத்த பாஷை) என்று சொன்னதும் ராஜாஜி அப்படிச் சிரித்தார்!

சமஸ்கிருதம் "தேவபாஷை" என்பதில் சந்தேகமில்லை. (இந்த வார்த்தையும் நான் சொன்னதில்லை;)

அந்த உயர்ந்த அதி உன்னத இலக்கிய மொழி தைலக்கொப்பரையில் போட்டு வைக்கப்பட்டிருக்கிறது. ஏனென்றால் உலகின் எப்பகுதியிலும் எந்தக் குடும்பமும் அதைத் தன் தாய்மொழியாகப் பேசவில்லை. அப்படி ஒரு முயற்சி நடந்துகொண்டிருப்பதாகக் கேள்விப்பட்டிருக்கிறேன். அவ்வளவுதான்.

மொழி என்றால் மக்கள் பேச வேணும், அதுதான் உயிருள்ள மொழி. மொழி எனும் மாவிருட்சம் ஆகாசத்தில் அந்தரத்தில் நிற்க முடியாது. மக்கள் என்கிற மண்ணில் அது அருகுபோல் வேரோடி ஆல்போல் பரந்து நிற்பது. தமிழுக்கு என்று ஒரு வளர்ச்சியும் புதுமையும் இருப்பதுபோல் அந்த மொழிக்கு இருக்க முடியாது.

## கி.ரா.வின் மொழி அரசியல்: தொகுப்புரை

கி.ரா.வின் மொழி அரசியல் சார்ந்த மொழிச் சிந்தனைகள் முழுவதையும் தொகுத்துக் கூறிவிட்டதாக எண்ணுவதற்கு இல்லை. கூடிய வரை அவரது சிந்தனைகள் தொகுக்கப்பட்டனவாக எண்ணுதல் வேண்டும். இச்சிந்தனைகள் பற்றி அவரது இறுதிக் காலத்தில் என்ன எண்ணினார் என்பது பற்றியும் அறிவதற்கு இல்லை.

சில மாறி இருக்கலாம். சில புதிதாகத் தோன்றி இருக்கலாம். இவற்றை உறுதிப்படுத்த முடியவில்லை. இவ்வாறான ஒரு தலைப்பை அவர் வாழ்ந்த காலத்தில் ஆய்வுக்கு உட்படுத்தி இருந்தால் இன்னமும் கூடுதல் செய்திகள் கிடைத்திருக்கக் கூடும். அவர் தாய்மொழியான தெலுங்குமொழி பற்றியும் அவருடன் உரையாடி இருக்க முடியும். அப்படியான வாய்ப்பு இல்லாமல் போயிற்று.

அவரது மொழிச் சிந்தனைகளின் தொகுப்பாகப் பின் வருவனவற்றை வரிசைப்படுத்த முடியும்.

1. மொழியின் தோற்றம் வரலாறு பற்றிய தொன்மங்கள் உலக மொழிகள் அனைத்திற்குமே பொதுவானவை. தொன்ம நிகழ்வுகள் வெவ்வேறு இருப்பினும் அடிப்படை அம்மொழியின் புனிதம் பற்றிப் பேசுவதாக அமையும். தமிழ்மொழியின் தொன்மை பற்றிய கருத்துகளுக்கும் இவ்விதி பொருந்தக் கூடியதே.

2. அவரவர் மொழி பற்றிப் பெருமிதம் கொள்ளவும் வரலாற்றைப் புனைந்து கொள்ளவும் அவரவர்க்கு உரிமை உண்டு.

3. ஆயின் மொழியில் உயர்வு தாழ்வு கற்பித்தல் தேவை இல்லை. மொழியில் உயர்வு தாழ்வு என்ற ஒன்றே இல்லை.

4. கொடுந்தமிழ் வழக்கு, செந்தமிழ் வழக்கு என்ற பாகுபாட்டில் கி.ரா. அய்யாவுக்கு உடன்பாடு இல்லை. பேச்சுத்தமிழ் வழக்கை 'மக்கள்தமிழ்' என்று மாற்றினார். இதன் மூலம் 'கொடுந்தமிழ்' என்ற சொல்லிற்கு நிகராக 'மக்கள்தமிழ்' வழக்கத்திற்கு வந்தது.

5. தமிழ்த் தாய்க்கு ஒற்றை முகம் என்றில்லை. அவளுக்குத் திருத்தமான முகங்கள் பல உண்டு. கொங்கு, நெல்லை, கரிசல், தஞ்சை, நாஞ்சில், தொண்டை, மதுரை, ஈழம் என்று பல வட்டார முகங்கள் உண்டு. ஒரு முகத்திற்கு ஒரு பேச்சு உண்டு. இந்த வட்டார மொழிகள் சேர்ந்ததுதான் தமிழ்மொழி.

6. இந்த வட்டார மொழியைப் பேசியே தலைவர் பலர் பல்வேறு இயக்கங்களைக் கட்டி எழுப்பி உள்ளனர் என்பதும் கி.ரா. அவர்களின் கருத்தாகும்.

7. வட்டார மொழிகளின் செல்வாக்கால் தமிழ் அழிந்து விடாதா என்றால் அழியாது. பல்வேறு கிளைகளால் தான் அடிமரத்திற்குத் தாய் மரத்திற்கு வலிமை சேருமே ஒழிய அழிவு ஏற்படாது.

8. நூற்றுக்கு நூறு பேச்சுத்தமிழில்தான் எழுத வேண்டும் என்பதில்லை. பேச்சுமொழிக்கும் எழுத்து மொழிக்கும் இடையே உள்ள இடைவெளியைக் குறைக்க வேண்டும்

என்பதே நோக்கம்.

9. பேச்சுத்தமிழ் அல்லது வட்டாரத் தமிழ் அல்லாத ஏட்டுத்தமிழை அல்லது பண்டிதர் தமிழைக் கி.ரா. அய்யா பலவாறு மறுத்துள்ளதையும் அறிய முடிகின்றது.

10. சாம்பார்மொழி அல்லது சாம்பார்தமிழ், மொண்ணைத் தமிழ், பொய்த்தமிழ், சாவஞ்செத்த தமிழ்நடை, சக்களத்திநடை, ஏட்டுத்தமிழ் என்று பல பெயர்களில் கி.ரா. அய்யா பண்டிதத்தமிழைக் கூறியுள்ளதையும் குறிப்பிட வேண்டும்.

11. மொழித்தூய்மை பற்றிக் கி.ரா. அய்யா பல்வேறு கருத்துகளைக் கூறியுள்ளார். தூய்மை என்பதை யார்தான் வரவேற்க மாட்டார்கள் என்று கூறும் அவர் மொழித் தூய்மைவாதிகளின் நோக்கத்தை வெகுவாகப் பாராட்டுவர்.

12. என்றாலும் சுத்த தங்கத்தில் எந்த நகையும் செய்ய முடியாததுபோலவேதான் தூய தமிழ் என்பதும் என்று கூறுவார். தூய தமிழில் பேச்சுவழக்கு சேரும்போதுதான் வளர்ச்சி நிகழும் என்பது அவர் கருத்து.

13. சமுதாய மாற்றம், அறிவியல் வளர்ச்சிக்கு ஈடு கொடுக்குமாறு தமிழ் வளர வேண்டும். வளர்ச்சி அற்ற தேங்கிய தமிழில் மாற்றங்கள் நிகழ வாய்ப்பில்லை என்றே கூறுதல் வேண்டும்.

14. தமிழில் பிற மொழிச் சொற்கள் கலப்பதனால் வளர்ச்சிதான் நிகழுமே தவிர மொழி அழிவு அல்லது சிதைவு ஏற்படாது என்பதும் கி.ரா.வின் கருத்து.

15. பிற மொழிக் கலப்பால் உலகளாவிய அறிவியல் செய்திகளைத் தமிழுக்குக் கொண்டு வரும் வாயில் திறக்கப்படும்; வளர்ச்சியும் ஏற்படும்.

16. இதனால் தமிழ் அழிந்து விடாது; அழிக்கவும் முடியாது எவ்வளவு கலப்பு ஏற்பட்டாலும் அவற்றை எல்லாம் செரித்து உள்ளிழுத்து வளர்ந்து நிற்கும் ஆற்றல் தமிழுக்கு உண்டு.

17. தமிழோடு சமஸ்கிருத மொழியை ஒப்பிடும்போது சமஸ்கிருதம் மக்கள் வழக்கு இல்லாத செத்த மொழியாகவே கருத வேண்டும் என்பர் கி.ரா. தேவ பாஷையாக இருந்தபோதும்கூட அது யாருக்கும் தாய்மொழியாக இருந்தது இல்லை. தாலாட்டு, ஒப்பாரி முதலான உயிர்ப்புடைய படைப்புகள் சமஸ்கிருதத்தில் இல்லாமல் போனதற்குக் காரணம், அது மக்கள் மொழியாக இல்லாததே ஆகும் என்பதே கி.ரா. அய்யாவின் கருத்தாகும்.

# கி.ரா.வின் மொழி அரசியல்
## கருத்து முரண்பாடும் கடிதப் போக்குவரத்தும்

புதுச்சேரிப் பகுதியில் 1990களில் தொடங்கி இந்த நூற்றாண்டின் தொடக்க ஆண்டுகள் வரை ஒரு பதினைந்து ஆண்டுகள் கி.ரா.வுக்கும் பண்டிதர்க்குமான மொழி அரசியல் உச்சம் பெற்றிருந்தது. தத்தம் கருத்துகளை எடுத்துரைப்பதில் இருசாராரும் வலிமை பெற்றிருந்தனர். புதுச்சேரியில் தூய தமிழ் இயக்க அறிஞர்களான அய்யா திருமுருகனார், அய்யா ம.இலெ.தங்கப்பா ஆகியோரை முன்னவராகக் கொண்டு ஓர் அணியினரும், கி.ரா. அய்யாவும் அவரது வழித் தோன்றல்களாக விளங்கிய படைப்பாளிகள் மற்றொரு அணியினராகவும் தத்தமது கருத்தை நிறுவுவதில் ஊக்கம் பெற்றிருந்தனர். இவ்வாறான கருத்து முரண் புதுவை மண்ணில் கூர்மை பெற்றமைக்குக் காரணங்கள் இல்லாமல் இல்லை. அந்தக் காரணங்களை பகுதி மூன்றில் விளக்கலாம்.

கருத்து முரண் இடம் பெறுவதற்குரிய களமாக விளங்கியது 'தெளிதமிழ்' என்னும் தமிழ் இதழ் ஆகும். இந்த இதழை அறிந்துகொள்வதும் மொழி அரசியல் பற்றிய ஆராய்ச்சியில் முதன்மையானது ஆகும். தெளிதமிழ் இதழ் 1993ஆம் ஆண்டு தொடங்கப் பெற்றதாக அறிய முடிகின்றது. அன்று தொடங்கி இன்று வரை தொடர்ந்து இதழ் வெளிவருகின்றது. அய்யா இரா.திருமுருகனார் அவர்களை ஆசிரியராகவும் அய்யா ம.இலெ.தங்கப்பா அவர்களைத் துணை ஆசிரியராகவும் கொண்டு இதழ் வெளிவந்தது.

கெடல் எங்கே தமிழின் நலம் அங்கெல்லாம்
தலையிட்டுக் கிளர்ச்சி செய்க.

என்ற புரட்சிக் கவிஞர் பாரதிதாசனின் பாவடிகளை உயர் நோக்கமாகக் கொண்டது தெளிதமிழ் இதழ். தமிழ் இனம், மொழி, பண்பாடு, சமயம், வரலாறு என அனைத்து நிலையிலும் கேடு நேரும்போது தம் போர்க்குணத்தை வெளிப்படுத்திக் களம் காணும் பண்பைப் பெற்றது இதழ். இந்த இதழைச் சார்ந்த அறிஞர் பலரும் அதிகாரத்துக்கு அடிபணியாத மறவர்களாக வாழ்ந்துள்ளனர்; வாழ்ந்து வருகின்றனர்.

இத்தகு தமிழ் இதழில்தான் கி.ரா. அய்யாவின் மொழி அரசியல் பற்றிய கருத்துகள் தொடர்ந்து ஆய்வுக்கு உட்படுத்தப்பட்டன. அக்கருத்துகள் மனந்திறந்த மடல்கள் என்ற பெயரிலும் கருத்து மேடை என்ற பெயரிலும் இடம் பெற்றுள்ளன. ஆய்வாளர் பயன் கருதி அம்மடல்கள் அப்படியே இங்கே தரப்பெற்றுள்ளன. கூடுதல் புரிதலைத் தருவதற்கான முயற்சியாக இதனைக் கருதுதல் வேண்டும்.

## பேசுவதுபோலவே எழுத வேண்டுமா?
### திருமுருகனாரின் மடல்

*08.10.2002 நாளிட்ட ஆனந்த விகடன் இதழுக்குக் கி.ரா. அய்யா அளித்த ஒரு நேர்காணல் தொடர்பாகத் திருவள்ளுவர் ஆண்டு 2034 தைத்திங்களில் (05.01.2003) வெளிவந்த தெளிதமிழ் இதழில் அய்யா திருமுருகனார் ஒரு மடலை எழுதி உள்ளார். அம்மடல் வருமாறு:*

08.10.02 ஆனந்த விகடனில் 'தமிழ்மொழியில் பெரிய தப்பு நடந்து போச்சு. சொன்னவுடனே புரியணும். அப்படிப் புரியாததெல்லாம் தமிழ் இல்லை' என்றும், சென்ற தினமணித் தீபாவளி மலரில் 'தமிழ்ப் பண்டிதர்களோட எதிர்ப்பைத் தாங்க முடியாம அப்ப இருந்தோம். இப்ப என் பக்கமும் என் நடை பக்கமும் எல்லாரும் சாய்ஞ்சுட்டாங்க. பண்டிதர்கள் தோத்துட்டாங்க' என்றும், 'தமிழ்ப் பண்டிதர்கள் சொரணை யற்றவர்கள்' என்றும் நீங்கள் எழுதியதாக அண்மையில் நண்பர் ஒருவர் மடல் எழுதியிருந்தார்.

நான் உங்களிடம் இது உண்மையா? என்று தொலைபேசி வழிக்கேட்டபோது, "நான் அப்படிச் சொல்லவில்லை; நேர் காணலில் நான் சொன்னதை மாற்றிப் போட்டுவிட்டார்கள்" என்றீர்கள். நீங்கள் அப்படிச் சொல்லவில்லை என்ற பிறகு மேலும் அதைப் பற்றிப் பேச விரும்பவில்லை. ஆனால், "பேசுவதுபோலவே எழுத வேண்டும் என்பது என் கொள்கை; கதை சொல்கிறவர் அப்படிச் சொன்னால்தான் இயல்பாய் இருக்கும். இதை ஒரு சோதனையாகச் செய்து பார்க்கிறேன். ஓர் எழுத்தாளருக்கு அந்த உரிமை இல்லையா?" என்கிறீர்கள்.

அது பற்றிய என் எண்ணங்களை இங்கே எழுத விரும்புகிறேன். (உங்கள் இசைவுடன்தான்.) சில எழுத்தாளர்களைப்போல 'கண்டதே காட்சி; கொண்டதே கோலம்' என்று இல்லாமல் நீங்கள் ஒரு கொள்கையை விடாப்பிடியாக வற்புறுத்தி வருவதைப் பாராட்டுகிறேன்.

நம் தமிழ்த்தாய் இப்படி நடந்தால் நன்றாயிருக்கும் என்று கருத்துச் சொல்லும் உரிமை உங்களுக்கு உள்ளதுபோலவே எனக்கும் உண்டு. காரணம் அவள் நம் இருவருக்கும் தாய். நாம் சொல்லலாம்; வேற்று மொழிக்காரர்கள் மாறான கருத்தைச் சொன்னால்தான், அது வேண்டுமென்றே நம் தாய்மொழியை இழிவுபடுத்த முனைவதாகக் கருதப்படும். இனிச் செய்திக்கு வருவோம்.

யார் பேசுவதுபோல எழுத வேண்டும்? நீங்கள் சொல்வது போல் பேசும் தமிழும், எழுதும் தமிழும் ஒன்றாயிருக்க வேண்டும் என்றே (ஒரு பேச்சுக்காக) வைத்துக்கொள்வோம். அப்படியே எழுதுவதானால், யார் பேசுவதுபோல எழுத வேண்டும்? கரிசல்காட்டுக்காரர் பேசுவதுபோலவா? தென்னார்க்காட்டுக்காரர் பேசுவதுபோலவா? நாகர்கோவில்காரர் நவில்வதுபோலவா? கோவைக்காரர் கூறுவதுபோலவா? சென்னைப்பட்டினத்தார் செப்புவது போலவா? ஈழத்தமிழர் கதைப்பதுபோலவா? மலேசியத் தமிழர் வழங்குவதுபோலவா?

கோயம்பேட்டுத் தமிழன் "பஸ்த் தாண்ல மூஸ் கயுவினே. ஜல்ப் புடிச்சிகிச்சி நைனா"('பச்சைத் தண்ணீரில் முகத்தைக் கழுவினேன். சளி பிடித்துக் கொண்டது நயினா') என்று

கி.ராவின் மொழி ஆரசியல்

பேசுகிறானே, இந்தத் தமிழில் எழுதலாமா? எந்தத் தமிழில் எழுத வேண்டும்? வாளபளத் தமிழிலா? வாழபழத் தமிழிலா? வாயபயத் தமிழிலா? யார் பேசுவதுபோல எழுத வேண்டும்? என்பதை நீங்களே சொல்லி விடுங்கள்.

நாகர்கோவில்காரர்கள் 'அடியந்திரம்' என்கிறார்கள்; 'அரை மணிக்கூர்' என்கிறார்கள். 'சுருள் வைத்தார்' என்கிறார்கள். நீங்கள் 'கடவுள் ஜாக்கிரதை' என்று எழுதிய கதையில் (வசந்தம் 17.12.02) 'சீர்ப்பாடு' என்கிறீர்கள். அரை நூற்றாண்டுக்கு மேலாக தமிழ் இலக்கண இலக்கியங்களில் ஊறிக் கிடந்தாலும் புதுச்சேரிக்காரனாகிய என்னால் இச்சொற்களைப் புரிந்துகொள்ள முடியவில்லை.

இவ்வளவு ஏன்? புதுச்சேரியிலிருந்து காரைக்காலுக்கு மாற்றம் பெற்றுச் சென்றிருந்த ஆசிரியனாகிய என்னிடம், "சீ, லாவ்ல குத்றான்சீ" ('முசியே, விலாவிலே குத்துகிறான் முசியே'. முசியே என்பது ஐயா என்று பொருள்படும் பிரஞ்சுச் சொல்) என்று கூறினான் முதல் வகுப்பு மாணவன். எனக்கு அது புரியவேயில்லை. இப்போது சொல்லுங்கள்; யார் பேசுவதுபோல எழுதினால் உலகத்தில் உள்ள எல்லாத் தமிழர்களுக்கும் எளிதில் புரியும்.

**பேசுவதுபோலவே எழுத முடியுமா?**

'அவன்' என்ற சொல்லின் கடைசியில் உள்ள எழுத்தை நாம் பேசும்போது ன் என்ற மெய்யெழுத்தாக ஒலிப்பதில்லை. மூக்கொலி உயிராகவே ஒலிக்கிறோம். இந்த மூக்கொலியை அப்படியே எழுத தமிழில் வரிவடிவம் இல்லை. (பிரஞ்சு மொழியில் இதை 'avin' என்று எழுதலாம்) அதனால் அவன் என்பதை 'அவ' என்று தான் எழுத முடியும். அதுபோல் 'அவள்' என்ற சொல்லையும் பேசும்போது 'அவ' என்றுதான் ஒலிக்கிறோம். 'அடிச்சான்', 'அழுதான்' என்பவற்றையும் 'அடிச்சா', 'அழுதா' என்றுதான் எழுத முடியும். 'அவன் அடித்தான்; அவள் அழுதாள்' என்பதை உங்கள் முறையில் 'அவ அடிச்சா; அவ அழுதா' என்று எழுதினால், யார் அடித்தது? யார் அழுதது? என்பதை எப்படித் தெரிந்து கொள்வது? இதைப் புரியும்படி எழுத என்ன செய்யலாம்? நீங்களே சொல்லுங்கள். எழுத்து வடிவச் சொற்கள் இல்லாமல் உங்களாலேயே எழுத முடியவில்லை.

முழுவதும் பேச்சுநடையில் எழுதப்பட்ட மேற்குறித்த கதையில் நீங்களே எழுத்து வடிவங்களைத் துணைக்கு அழைத்திருக்கிறீர்கள். அக்கதையில், திறந்து, உலகத்தில், மகளுக்கு, விடிய விடிய, குரல், பணிவிடை, உனக்கு, முகம், புறா முதலிய ஏராளமான செந்தமிழ் வடிவச் சொற்கள் உள்ளன. பேச்சுநடையில் இவற்றைத் தெறந்து, ஒலகத்ல, மவளுக்கு, வெடியவெடிய, கொரலு, பணிவெட, ஒனக்கு, மொக(ம்), பொறா என்று தான் ஒலிக்கிறார்கள். அக்கதையில் 'சிவனாரு' என்று நீங்கள் பேச்சு வடிவத்தில் எழுதியதைப் புரியவைக்க (சிவபெருமான்) என்று எழுத்து வடிவத்தை அடைப்புக் குறிக்குள் போட்டிருக்கிறீர்கள். இது, எழுத்து நடைதான் எல்லாருக்கும் எளிதில் விளங்கும் என்பதை நீங்களே ஒப்புக் கொள்கிறீர்கள் என்பதைக் காட்டுகிறது.

**எல்லாருக்கும் எளிதில் விளங்குவது வட்டார வடிவமா? செந்தமிழ் வடிவமா?**

மேற்கண்ட கதையில் கரிசல் காட்டுப் பேச்சுமொழி வடிவங்களாக நீங்கள் எழுதிய சில சொற்களையும், அவற்றுக்கான தென்னார்க்காட்டுப் பேச்சுமொழி வடிவங்களையும், பொதுவான செந்தமிழ் வடிவங்களையும் பின்வரும் பட்டியலில் பார்க்கலாம்:

| கரிசல் காட்டுப் பேச்சு வடிவம் | தென்னார்க்காட்டுப் பேச்சு வடிவம் | செந்தமிழ் எழுத்து வடிவம் |
|---|---|---|
| பெறவு | போற | பிறகு |
| சொல்லுதேன்னு | சொல்றேண்ணு | சொல்லுகிறேன் என்று |
| சொல்லத | சொல்றத | சொல்லுகிறதை |
| கேக்கது | கேக்கறது | கேட்கிறது |
| கேக்கேன்னா | கேக்கறேண்ணா | கேட்கிறேன் என்றாள் |
| உறங்குதா | ஒறங்கறா | உறங்குகிறாள் |
| கேக்காப்பல | கேக்றாப்ல | கேட்கிறாற்போல |
| பொறக்கிட்டு | பொறுக்கிக்கினு | பொறுக்கிக் கொண்டு |
| அழுவுதா | அழறா | அழுகிறாள் |
| வாரக்குல | வர்ரதுக்குள்ள | வருவதற்குள்ளே |

இவற்றில் ஒரு வட்டாரத்தாரின் பேச்சு வடிவம் மற்ற வட்டாரத்தார்க்குப் புரியாது. ஆனால் செந்தமிழ் எழுத்து வடிவம் இந்த இரு வட்டாரத்தார்க்குப் புரியும். காரணம் அது உலகத்தமிழர் அனைவருக்கும் பொதுவான, தரப்படுத் தப்பட்ட செந்தமிழ் வடிவம்; நம் முன்னோர் காலம் முதல் நாம் எழுதியும் கேட்டும் பழகியும் பண்பட்ட வடிவம்; எந்த இடத்தார்க்கும் திரிபின்றிப் பொருள் விளக்கும் எழுத்துத் தமிழ் வடிவம். இதன் கட்டுக்கோப்பைக் காக்கவே இலக்கணங்கள் எழுந்துள்ளன.

இதைத்தான் நீங்கள் அதன் இருக்கையிலிருந்து இறக்கி விட்டு அங்கே உங்கள் கரிசல் காட்டு வழக்கை உட்கார வைக்க விரும்புகிறீர்கள். என்றாலும், சட்ட நூல்கள் போன்றவை எழுத்து நடையில் இருக்கலாம் என்பதை நீங்கள் ஏற்றுக் கொள்கிறீர்கள். அந்த வகையில் மகிழ்ச்சிதான். ஆனாலும் கதையும் கட்டுரையும் பேச்சுநடையில் வேண்டும் என்பது குழப்பமான கருத்து. கதைமாந்தர் பேசுவதாக வரும் பகுதிகள் அந்த வட்டாரப்பேச்சுமொழியாக இருப்பதுதான் இயல்பாயிருக்கும் என்பதை நானும் ஏற்றுக்கொள்கிறேன். ஆனால், ஆசிரியர் கூற்றாக வரும் பகுதிகள் ஏன் அப்படி யிருக்க வேண்டும்?

இவ்வளவு காலம் கதை மாந்தர் கூற்றுகளைக் கூடச் செந்தமிழ் நடையில் எழுதிய கல்கி, மு.வ. போன்றோரின் கதைகளைக் கோடிக்கணக்கான தமிழர் படித்துச் சுவைக்க வில்லையா? அவற்றில் எந்த உணர்வு வெளிப்படவில்லை?

உலகில் ஒரு மொழிக்குரிய அனைவர்க்கும் எளிதில் புரியும் மொழி வடிவம்தான், இதழ்கள், நூல்கள், வானொலி தொலைக்காட்சிகளில் இடம் பெறத் தகுதியானது. பேசுவது போல் எழுதும் உங்கள் கொள்கை, வழிவழியாகக் காக்கப்பட்டு வருகின்ற, உலகம் போற்றும் தமிழ்மொழியின் கட்டுக் கோப்பைச் சீர்குலைத்துச் சிதைத்துவிடும் என்பதை அன்போடு தெரிவித்துக் கொள்ளுகிறேன்.

### பண்டிதநடை என்று எதைச் சொல்கிறீர்கள்?

'நீ எழுதுவதை முதலில் ஒரு பாமரனுக்குப் படித்துக் காட்டு; அவனுக்குப் புரிந்தால் அதை வெளியீடு' என்று வழிகாட்டிய பாரதிக்குப் பிறகு தமிழ் எழுத்துநடையில் எளிமை குடி கொண்டுவிட்டது. 'நெருநல் எற்பாட்டில் யானிவ் வாரணத்தை அங்காடி மறுகிற் கொண்டேன்' என்று இன்று எந்தப் புலவரும் எழுதுவதில்லை. 'நேற்று மாலை நான் இந்தக் கோழியைக் கடைத் தெருவில் வாங்கினேன்' என்று எல்லாருக்கும் விளங்கும் எளிய நடையில்தான் எழுதுகிறார்கள். எனவே, 'பண்டிதநடை கடுமையானது; பேச்சுநடைதான் எளிமையானது' என்று நீங்கள் சொல்வதை என்னால் ஏற்றுக்கொள்ள இயலவில்லை.

உங்கள் 'செல்ல'மான கரிசல் நடையை உங்களைத் தவிர வேறு யாரும் பயன்படுத்துகிறார்களா? உங்களுக்கு நெருக்கமானவர்களே அதைப் பின்பற்றுவதாகத் தெரியவில்லையே!

### இந்த நச்சுத் தேர்வைக் கைவிடுக

ஏற்கெனவே தமிழை அழிப்பதற்கென்றே காப்புக் கட்டிக் கொண்டு தமிழ்ப் பகைவர் சிலர் செயற்பட்டுக் கொண்டிருக்கிறார்கள். "Excuse me, yesterday நான் promise பண்ணதுபோல உன்னை meet பண்ண முடியல. Next Sunday evening sea shore-ல five o'clock நாம் sure ஆ meet பண்றோம். O.K.?" என்று பேசி மகிழும் மெத்தப் படித்த தாய்மொழிப் பற்றில்லாத தமிழ்க் கழிசடைகள் ஒரு பக்கம்;

தமிழ் வழிபாட்டுக்கு உதவாத நீசமொழி என்று பேசி, தமிழன் கட்டிய கோயிலில் புகுந்துகொண்டு, ஏமாளித் தமிழரை ஏய்த்து வரும் நரிகளின் கூட்டம் ஒரு பக்கம்,

குழலினும் யாழினும் இனிய மழலையின் வாயிலிருந்து கொஞ்சு தமிழை ஒழித்து, மம்மி, டாடி, அங்கிள், ஆன்ட்டி என்ற நஞ்சினை ஊட்டி மகிழும் பக்தர்கள் ஒரு பக்கம்,

இதையெல்லாம் வைத்துக் கணித்து, 'இந்த நூற்றாண்டில் தமிழ் இறந்து படும்' என்று கூறும் உலக நாடுகளவையின் ஆய்வறிக்கை ஒரு பக்கம்.

இவ்வளவுக்குப் பிறகும் உயிரைக் கையால் பிடித்துக் கொண்டிருக்கும் கொஞ்ச நஞ்சம் தமிழையும், நல்ல தமிழராகிய நீங்களே சிதைக்க முயல்வது தேவை தானா? இது தமிழ்ப் பகைவர்களுக்குத் துணை செய்வதாக ஆகிவிடாதா? இவற்றையெல்லாம் எண்ணிப் பார்த்து நீங்கள் செய்து பார்க்க விரும்பும் இந்த நச்சுத் தேர்வைக் (விடப் பரிட்சையை) கைவிடுவது பற்றி மறுபார்வை செய்யுமாறு அன்புடன் கேட்டுக்கொள்கிறேன்.

**திருமுருகனாரின் திறந்த மடலுக்குக் கி.ரா.வின் பதில் மடல்**

அய்யா திருமுருகனாரின் திறந்த மடல் கி.ரா. அய்யாவை மட்டும் எட்டவில்லை. தமிழ்கூறு நல்லுலகம் முழுவதும் அது சென்றடைந்துள்ளது. திறந்த மடலுக்கான மறுவினையாகப் பல மடல்கள் வந்திருக்க வேண்டும். அவற்றுள் ஒரு சில மட்டுமே அடுத்து வந்த தெளிதமிழ் இதழில் இடம் பெற்றுள்ளன. இவற்றோடு கி.ரா.வின் எதிர்வினைக் கருத்துகள் அடங்கிய மடலும் இடம் பெற்றுள்ளது. அம்மடல் வருமாறு:

இசை, தமிழ் அறிஞர், முனைவர், இரா.திருமுருகன் அவர்கள் எழுதிய திறந்த மடலுக்கு வணக்கமுடன் கி.ரா.வின் பதில், எனது நன்றியை முதலில் ஏற்றுக்கொள்ள வேண்டுகிறேன்; எனது எண்பதாவது பிறந்த நாள் அன்று அன்பர்கள் சூழ வந்து எனக்கும் எனது திருமதிக்கும் சால்வைகள் போர்த்திக் கனிகள் தந்து எம்மை கனம் பண்ணியதற்காக, நினைத்துப் பார்க்கிறபோது, இந்தச் செம்புலத்துக்கும் கரிசலுக்கும் பல வகைகளிலும் சொந்தம் இருப்பது தெரியவரும். சென்னிக்குளம் என்ற கரிசல் கிராமத்தில் பிறந்த அண்ணாமலை ரெட்டியாரின் காவடிச்சிந்தை நீங்கள் முனைவர்பட்ட ஆய்வாக எடுத்துக் கொண்டது, தூத்துக்குடிக்குப் பக்கத்திலுள்ள ஒரு கிராமத்தில் பிறந்த சங்கரதாஸ் சுவாமிகள் இங்கே வந்து தனது கடைசிக்காலத்தைக் கழித்து மறைந்தது, எட்டையபுர கரிசலில் பிறந்த பாரதி இங்கே வந்து வாழ்ந்தது, இப்போது கி.ரா.வும் இங்கே வந்து இருப்பது இவையெல்லாம் நினைத்துப் பார்க்கத் தோன்றுகிறது. (மற்ற மூவரோடும் கி.ரா.வைச் சேர்த்துச் சொன்னது ஒரு ஆசைக்காகத்தான்.)

உங்களுடைய திறந்த மடலுக்கு நான் பதில் எழுத உட்கார்ந்தது உங்களை என்பக்கம் இழுத்துக்கொள்ள முடியும் என்ற நம்பிக்கையினால் அல்ல, அது முடியாது என்பதும் எனக்குத் தெரியும். என்ன பதில் வருகிறது என்று வாசிக்கக் காத்துக் கொண்டிருக்கும் வாசகர் கூட்டத்துக்காகத்தான் இது. அதோடு, உண்மைத் தேடல் என்றும் ஒன்று இருக்கிறதே.

முதலில், இதழ்களில் ''நேர்காணல்'' என்று வருகிறதே அவற்றை எப்போதும் ஆதாரங்களாகக் கொள்ளக் கூடாது. நம்முடைய நேரடிக் கட்டுரை எழுத்துக்களைத்தான் எடுத்துக்கொள்ள வேணும். நேர்காணல்களில் வருகிற பதில்கள் என்பவை பெரும்பாலும் அவர்களின் மொழியில் அவர்கள்தான் எழுதுகிறார்கள். அவற்றை நம்மிடம் காட்டிச் சம்மதம் பெற்ற பிறகே அச்சுக்குப் போக வேண்டும். ஆனால் அவர்கள் அப்படிச் செய்வதில்லை. நல்லவேளையாக நீங்கள் முதலிலேயே என்னோடு அவை சம்மந்தமாகத் தொலைபேசியில் தொடர்பு கொண்டு விட்டீர்கள். மற்றொரு முக்கியமானது, மற்றவர் சொல்வதைக் கேட்டு ஒரு முடிவுக்கு வந்துவிடுவது. இதனால் மோசம்போனவர் பலர். 'கவனமில்லாத பயணம் விபத்து' என்பதுபோலத்தான் இவையும்.

நாட்டார் சொல்கதைகளில் வரும் வாசகங்கள் அந்த அந்த இடங்களில் வாழும் கதைசொல்லிகள் சொல்பவை. நூத்துக்கு நூறு அவை அவர்களுடையதே. அதை வைத்துக் கொண்டு குழம்பிக்கொள்ள வேண்டாம் தயவுசெய்து, அவர்கள் சொல்லும் சொற்கள் சிலதுக்கு அவர்களுக்கே பொருள் தெரியாது. எடுத்துக்காட்டாக, அவம் ஒரு "செங்கமாங்கிபயல் என்று பேச்சில் வரும்". இந்த "செங்கமாங்கிக்குப் பொருள் தெரியாது''. இசைக்குச் சுருதி எப்படி ஆதாரமோ அப்படித்தான் ஒரு மொழிக்குப் பேச்சும், தாளம் தவறினால் கூளம் சுருதி தவறினால் .........?

மொழியின் மூலதனமே பேச்சுதான் பெற்றதாய் நமக்கு சொல்லித்தந்தது பேச்சுமொழிதான். அதனால்தான் தாய்மொழி என்கிறோம். எழுத்துமொழி என்பது இயல்பானது அல்ல, உண்டாக்கப்பட்டது. செயற்கைமொழி

அது. அதோடு, மிகமிகப் பின்னால்தான் எழுத்து உண்டாக்கப்படுகிறது. இந்த எழுத்து மொழி உண்டானதும், சிலகாரணங்களுக்காகவும் தேவைக்காகவும்தான். பிள்ளைகள் பிறந்து வளர்ந்து பெரியவர்கள் ஆனபிறகு பெற்ற தாயை உதாசீனப் படுத்துவதுபோலப் பேச்சு எனும் தாய்மொழியை ஏளனம் பண்ணவும் எடுத்தெறிந்து பேசவுமாகிவிட்டது.

இந்த எழுத்துமொழி உண்டாக்கப்படுவதற்கு முன்பே நமது தாய்மொழியில் இலக்கியமும் கலைகளும் உண்டாகி விட்டன. அதற்கான சாட்சியங்கள்தான் நாட்டார் கதைகள், பாடல்கள், நடனங்கள், இசைக்கருவிகள் இப்படிப் பலபல. மொழி என்பது எழுத்து மட்டுமே என்ற நினைப்பு நம்முள் வேரூன்றி விட்டதால்தான் இந்தக் குழப்பமெல்லாம். மொழி என்பது ஒலி, எழுத்து அல்ல. இதை ஏற்றுக் கொண்ட பிறகுதான் நாம் எழுத்தை அங்கீகரிக்க வேண்டும். அதாவது எழுத்துக்கு ரெண்டாம் இடம்தான்.

பேச்சுமொழியில் எழுதலாம் என்றால், எந்த வட்டாரப் பேச்சுமொழியில் என்று ஒரு சிங்காரமான கேள்வி கேட்கப்படுகிறது. மாம்பழம் வேணும் என்றால், எந்த மாம்பழம்? திருநெல்வேலி நீலமா, ராஜபாளையம் சப்பட்டையா, சேலம் குண்டா, தஞ்சை செந்தூராவா, புதுவை காலாப்பேடா என்றால் ''அவரவர் மூக்கு அவரவர்க்கு'' என்ற சொல்வடைதான் பதில். திடீர் திடீர் என்று அறியாத அப்பாவிகள், உலகம் அழியப் போகுது என்று சொல்லி ஒரு தவணையும் சொல்லுவார்கள். இப்படிப் பல தவணைகள் சொல்லி விட்டார்கள். அப்படிச் சொன்னவர்கள்தான் அழிந்து போனார்கள். உலகம் அப்படியே இருக்கிறது. தமிழும் அப்படியே நிலைத்து நிற்கும்.

ஒன்று மட்டும் மறைய வாய்ப்பு உண்டு. மக்களுக்கு விளங்காத தமிழ், புழக்கத்தில் இல்லாத, பொருள் சொன்னால்தான் அந்தச் சொல் புரியும் என்று இருந்தால், என்றைக்கு யிருந்தாலும் அந்தச் சொல் மறைந்துவிடும். அப்பவும்கூட அது காணாமல் போகாது. பத்திரமாகப் போய் நமது அகராதியில் உட்கார்ந்து கொள்ளும், இங்கிலாந்து நாட்டில் இப்போதைய பல்கலைக்கழகப் பாடத்திட்டத்தில்

ஷேக்ஸ்பியர் மறைந்து கொண்டு வருகிறார் என்று கேள்விப்படுகிறேன். (நம்புவது சிரமமாக இருக்கிறது) "பொழுது அத்தமிக்காத பிரிட்டிஷ் ஏகாதிபத்தியம் வேண்டுமா ஷேக்ஸ்பியர்தான் வேணுமா" என்று கேட்டால் "மகாகவி-ஷேக்ஸ்பியர்தான் எங்களுக்கு வேணும்" என்று சொன்னவர்கள்தான் அவர்கள். வட்டார மொழிநடை வந்து ஷேக்ஸ்பியரை வழியனுப்பி வைக்கவில்லை. கடினமான சொற்களையும், பொருள் சொல்லிப் புரிந்துகொள்ள வேண்டிய பாடல்களையும் மாணவர்கள் - என்றைக்கிருந்தாலும் ஒருநாள் - வேண்டாமே என்று சொல்லி விடுவார்கள் என்பதை நாம் தெரிந்துகொள்ள வேண்டும்.

ஏகப்பட்ட ஆங்கிலச் சொற்களைக் கலந்து தமிழ் பேசுகிறவர்களை நினைத்துப் பெருங்கவலைப் படுகிறீர்கள். இந்த முறைமைப் பேச்சு வகைகளெல்லாம் ஒரு காலகட்டம் கழிந்து மறைந்தே போகும். ஒப்பித்தால் (மருத்துவமனை) போன்ற பிரெஞ்சு வார்த்தைகளைப் போட்டுப் பேசுகிற தமிழ்ப் பேச்சு புதுவையில் கேட்க முடிகிறதா இப்போது? கல்மழை (ஆலங்கட்டி மழை) எப்பவாவது இப்படி வந்து பெய்துவிட்டுப் போய்விடும்!

தமிழ்ச் சினிமாக்களுக்கு ஆங்கிலப் பெயர்கள் வைப்பதும் இப்படித்தான். அருமையான தமிழ்ப் பெயர்கள் கொண்ட ரெண்டு படங்கள் நூறு நாட்களைத் தாண்டி ஓடிவிட்டால் அதன்பிறகு ஒரே தமிழ்ப் பெயர்களையே வைக்கத் தொடங்கி விடுவார்கள். 'எல்லாமே விழுந்தாம் மேல் விழுந்தாம்'தான். எழுத்துத் தமிழ் - செம்மைப்படுத்தப்பட்ட - மொழி எப்போது தேவை என்றால், அரசு ஆணைகள், அறிவிக்கைகள், சட்டங்கள், சட்டப்புத்தக வாசகங்கள், பத்திரங்கள், கோர்ட் தீர்ப்பு இப்படி இப்படி, இவை அவசியம் தேவை. மொழி என்பது வானத்தில் இருந்து இறங்கியது, கடவுள் தந்தது என்று நம்புகிறவர்களும் இருக்கிறார்கள். இவர்களில் நீங்களும் ஒருவர் என்றால், உங்களோடு நான் பேசி முடியாது.

கண்டுபிடிக்கப்பட்ட எழுத்துக்களை மட்டும் வைத்துப் பார்த்தால் அதிலேயே சொல்வதற்கு ஏகப்பட்ட விசயங்கள் உண்டு. எடுத்துக்காட்டாக, நெடிலாகவரும் நமது உயிர் எழுத்துக்களில் ஆ வன்னாவுக்கு ஒரு சுழிப்பு, ஈ யன்னாவுக்கு

ரெண்டு புள்ளிகள், ஊ வன்னாவுக்கு அதன் முதுகில் ஒரு ளகர எழுத்து சவாரி, ஏ யன்னாவுக்கு ஓர் இளுப்பு, ஓ வன்னாவுக்கு ஒரு சுழிப்பு.

'ஊ'வன்னா ஏன் 'ள'வை உப்புக்கட்டி சுமக்கிறது என்று தெரியவில்லை! 'இ' என்றும் எழுதப் பார்த்திருக்கிறேன். 'ரா'ன்னாவுக்கு 'ஈா' என்றும் எழுதுவார்கள். எழுத்துக்கு மேலே ஒரு கோடுபோட்டால் நெடில் ஆகும் என்று ஒரு முறைமை இருந்திருக்கும்போல.

இப்படிப் பல விசயங்கள் சொல்ல இடம் உண்டு. 'ன்' எழுத்து மூக்கொலியில் இப்படி வரும். அந்த எழுத்தெ உண்டாக்க வேண்டியதுதான்.

''அவனடிச்சாம் அவ அழுதா.'', ''அவ அடிச்சா அவனழுதாம்.''

"அவர் என்ன சொல்லுகாம்?" என்பது நாஞ்சில் வழக்கு.

அவஞ் சொல்லுகாம். அவ சொல்லுகா.

அவம்பாட்டுக்குப் பேசீட்டுப் போறாம்.

ஆழ்வாராதிகளின் பிரபந்தப் பாடல்களில்

"என் சொல்லுகேனே" என்று வருவது உண்டு.

ஆசிரியர் கூற்று வட்டாரநடையில் இருந்தால் புரிந்து கொள்வது சிரமம் என்கிறீர்கள், சரி, கதை மாந்தர் பேசுவதாக வரும் பகுதிகள் அந்தந்த வட்டாரப் பேச்சுமொழியாக இருப்பதுதான் இயல்பு என்றும் ஒப்புக்கொள்கிறீர்கள்.

இது புரியும்போது அதுமட்டும் எப்படிப் புரிந்துகொள்ள சிரமம் ஆகும்?

ஒரு காலத்தில் கதைமாந்தரும் ஏட்டுமொழியில்தாம் பேசினார்கள். அது இப்போது இயல்புக்கு வந்துவிட்டது போலத்தான் ஆசிரியர் கூறும் இயல்புநடைக்கு வந்திருக்கிறது.

மொழி மக்களை நோக்கித்தான் வரும். அதுதான் இயல்பு.

வணக்கத்துடன், கி.ரா., புதுவை-8.

## கி.ரா.வின் மடலுக்குத் திருமுருகனாரின் எதிர்வினை

*திருவள்ளுவர் ஆண்டு 2034 (15.03.2003)* பன்னிரண்டாவது இதழில் கி.ரா. அவர்களின் மடலை வெளியிட்ட திருமுருகனார் அம்மடலின் தொடர்ச்சியாகக் 'கி.இரா. கட்டுரைப் பற்றி எனது கருத்து' என்ற தலைப்பில் தம் எதிர்வினையையும் பதிவு செய்துள்ளது குறிப்பிடத்தக்கது. அது வருமாறு:

அன்புள்ளக் கி.இரா. அவர்களுக்கு, வணக்கம்.

'சென்னிக்குளம் அண்ணாமலையாரையும், சங்கரதாசு அடிகளாரையும், பாரதியாரையும் ஒத்தவர் கி.இரா. என்று உங்கள் முதுகில் நீங்களே தட்டிக்கொடுத்துக்கொள்வது 'ஆசை பற்றி' என்றால் அதில் யாருக்கும் எந்தத் தடையும் இருக்க முடியாது. ஆனால், அந்தப் பெருமக்கள் தமிழ் இலக்கண இலக்கியங்களை முயன்று பயின்றவர்கள். மரபு மாறாத எழுத்துகளால் மக்களைக் கவர்ந்தவர்கள் என்பதை நீங்கள் நினைவுபடுத்திக்கொள்ள வேண்டும். 'தெள்ளுதமிழை'யும் 'முத்தமிழ்சேர் வித்தவசனக் கூட்ட'த்தையும் போற்றிப் பாடியவர் அண்ணாமலையார். 'அமிழ்தினும் சிறந்தது தமிழ்மொழி' என்று அதன் இலக்கணக் கட்டுக்கோப்பைப் பாராட்டிப் பாடியவர் அடிகளார். 'கம்பனைப்போல் வள்ளுவர்போல் இளங்கோவைப்போல் பூமிதனில் யாங்கணுமே பிறந்ததில்லை' என்று சொல்லிச் சொல்லிப் பெருமைப்பட்டவர் பாரதியார். இந்த மூவரில் யாரும் உங்களைப்போல், 'சம்மந்தம்', 'சொற்கள் சிலது', 'அதனால்த்தான்', 'வானத்தில்யிருந்து', 'எழுத்தெ', 'இதால்', 'நூத்துக்குநூறு', 'ரெண்டு', 'என்றைக்குயிருந்தாலும்', 'இளுப்பு' என்றெல்லாம் இழுக்குத் தமிழ் எழுதி, இதுதான் இயல்பான தமிழ் என்று சொன்னதில்லை. பிழையற்ற தமிழில் எழுதிப் புகழ்பெற்ற இவர்களை நீங்கள் பெருமையுடன் உங்களோடு ஒப்பிட்டுக்கொள்வது, உங்கள் மனத்தில் நல்ல தமிழுக்கு இருக்கும் நன்மதிப்பையே காட்டுகிறது.

தமிழ் கற்ற ஒரு சீனக்காரர் சொன்னாராம் - "எனக்குத் தமிழைப் பிடிக்கிறது; ஆனால் தமிழர்களைப் பிடிக்கவில்லை" என்று. காரணம் கேட்டபோது, "அவர்கள் தாய்மொழியைக் கொலை செய்வதில் தலைசிறந்தவர்களாக இருக்கிறார்கள்"

என்றாராம்! அதுபோல எனக்கு உங்களைப் பிடிக்கிறது. உங்கள் இசையுணர்வைப் பிடிக்கிறது; உங்கள் கதை சொல்லும் முறையைப் பிடிக்கிறது; ஆனால் உங்கள் தமிழ்தான் என்னைக் கொஞ்சம் இடர்ப்படுத்துகிறது.

யாரும் யாரையும் தம்பக்கம் இழுத்துவிட முடியாது. அவர்களாக வந்தால்தான் உண்டு என்று எனக்கு நன்றாகத் தெரியும். என்றாலும் குறையை மனந்திறந்து ஒப்புக் கொள்ளும் இயல்புடைய நீங்கள், உங்கள் கருத்தை மறுபார்வை செய்து நல்ல தமிழின் பக்கம் வருவீர்கள் என்ற நம்பிக்கையால்தான் அந்தக் கட்டுரையை எழுதினேன். மற்றவர்கள் சொன்னதைக் கேட்டு எந்த முடிவுக்கும் வரவில்லை. "பேசுவதுபோலவே எழுத வேண்டும் என்பது தான் என் கொள்கை" என்று தொலைபேசியில் நீங்கள் சொன்னதைக் கேட்டுத்தான் அதை எழுதினேன்.

நீங்கள் பொருள் தெரியாது என்று குறிப்பிட்ட 'சங்கமாங்கி' என்ற சொல்லுக்குப் பொருள் தென்னார்க்காடு, புதுச்சேரி வட்டாரத்து மக்களுக்குத் தெளிவாகவே தெரியும். அதை இங்கே எழுதி விளக்குவது பண்பாடு ஆகாது; காரணம் இது இடக்கரான சொல்.

பேச்சுமொழிதான் முதலில் தோன்றியது; எழுத்து மொழி செயற்கையாக உருவாக்கப்பட்டது என்ற கருத்து எனக்குப் புதியதன்று. தொல்காப்பியர் காலம் முதல் சொல்லப்பட்டு வருவதுதான். மக்களின் பேச்சு வழக்கையும் எழுத்து வழக்கையும் ஆராய்ந்துதான் தொல்காப்பியர் இலக்கணம் தொகுத்தார் என்கிறார் பனம்பாரனார். மொழியின் ஒலி வடிவே இயற்கையானது; வரிவடிவு செயற்கையாக உருவாக்கப்பட்டது என்று விளக்குகிறார் நச்சினார்க்கினியர். குற்றெழுத்து, நெட்டெழுத்து என்ற பெயர்கள்கூட ஒலி வடிவின் அளவைக் கொண்டு வைக்கப்பட்டவையே, வரிவடிவின் அளவைக் கொண்டு அன்று; இவற்றையெல்லாம் கேள்விப்படாமல் நீங்களாகவே இந்த உயர்ந்த கருத்தைக் கண்டுபிடித்துச் சொல்லியிருந்தால் நீங்கள் உண்மையிலேயே பாராட்டப்பட வேண்டியவர்தான்.

'அவரவர் மூக்கு அவரவருக்கு' என்பதுபோல் ஒவ்வொருவரும் தமக்குப் பிடித்த ஒவ்வொரு வகை

மாம்பழத்தைப் பயன்படுத்தலாம். ஆனால் நாம் இங்கே பேச எடுத்துக் கொண்டது, ‘எது சிறந்த மாம்பழம்’ என்பதன்று; ‘பொதுவான எழுத்துமொழியாக இருக்க எந்த மொழி சிறந்தது?’ என்பது. உங்களின் ‘மாம்பழமும் மூக்கும்’ என்ற உவமை சேலத்து மாம்பழம்போல் இனித்தாலும் உவமித்த பொருளோடு ஒட்டவில்லை.

‘ஊவன்னா ஏன் ‘ள’ வை உப்புக்கட்டிச் சுமக்கிறது?’ என்று நீங்கள் கேட்பது தமிழ் வரி வடிவைக் கிண்டல் செய்வது போல் உள்ளது. இங்கிலாந்தில் சேக்சுபியரை வழியனுப்பி வைத்ததாகச் சொல்வது, நீங்கள் அதற்காக மகிழ்வது போலவும், கடினமான சொற்களை உடைய இலக்கியங்களைப் படைத்த கம்பனைப் போன்ற உலகப் பெரும் புலவர்களையும் அதுபோல் வழியனுப்ப வேண்டும் என்று மாணாக்கர்களைத் தூண்டிவிடுவதுபோலவும் உள்ளது. உங்கள் கருத்துகள் மொழி அழிவுக்கு மட்டுமன்றிப் பண்பாட்டு அழிவுக்கும் வழிவகுப்பனவாக உள்ளன. இந்திய இலக்கியக் கழகத்தின் (சாகித்திய அகாடமி) உயர்ந்த பரிசைப் பெற்ற நீங்கள் பொறுப்பின்றி இப்படி எழுதுவது வருத்தம் தருகிறது.

அழுதான் என்ற சொல்லின் இறுதியில் வரும் மூக்கொலியைப் பேசுவதுபோல் அழுதாம் என்று எழுதலாம் என்கிறீர்கள். பிறகு ஏன், அவனடிச்சாம், அவனழுதாம் என்ற இடங்களில் அந்த மூக்கொலியை னகரமாகவே எழுதுகிறீர்கள் என்பது விளங்கவில்லை. உரையாடல்களில் கதை மாந்தர் தமது மொழியில் பேசுவதுதான் இயல்பாயிருக்கும் என்றால் அதற்கும் ஓர் எல்லை உண்டு. தமிழர்கள் நடத்தும் கட்டபொம்மன் நாடகத்தில், சாக்குசன் துரையின் பேச்சு (இயல்பாயிருக்க வேண்டும் என்பதற்காக) முழுவதும் ஆங்கிலத்திலேயே அமையலாமா?

எழுதப்படிக்கத் தெரியாதவர்களின் நாட்டுப்புற இசைப் பாடல்களிலிருந்துதான் புலவர்கள் எதுகை மோனைகளைத் திரட்டி யாப்பிலக்கணம் செய்தார்கள் என்ற கருத்தில் 1981லேயே நான் ஓர் ஆய்வுக் கட்டுரை எழுதியிருக்கிறேன். மக்களிடையே மலர்ந்து மணம் பரப்பும் நாட்டுப்புற இலக்கியங்களின் சுவையான அமைப்புகளைத் தொகுத்துச் செம்மை செய்தே இலக்கணங்களை உருவாக்கினார்கள்.

அவற்றிற்கேற்பவே செவ்வியல் இலக்கியங்களைப் படைத் தார்கள். அந்த இலக்கண இலக்கியங்களை மாணாக்கர்க்குக் கற்பித்துப் புதிய தரமான படைப்பாளர்களை உருவாக்குவது கல்வியின் நோக்கங்களில் ஒன்று. அந்தக் கல்வி இன்று தரம் தாழ்ந்து போய்க் கொண்டிருக்கிறது. இன்றைய ஏட்டுக்கல்வி வயிற்றுப்பாட்டுக் கல்வியாகப் போய்விட்டது!

"நான் மழைக்காகப் பள்ளியில் ஒதுங்கினேன், ஆனால் அப்போதும் மழையைத்தான் பார்த்துக் கொண்டிருந்தேன்" என்று நீங்கள் சொல்லியிருக்கிறீர்கள் (தினமணித் தீபாவளி மலர் - 2002) அப்படியிருந்தும் தொன்று தொட்டுவரும் மொழி இலக்கிய மரபுகளை அடியோடு மாற்ற வேண்டும் என்று சொல்ல எப்படித் துணிந்தீர்கள்? இதைக் கண்டு, இன்றைய தரங்குறைந்த கல்வியைப் பெற்ற படிப்பாளிகள் சிலர், இலக்கணத்தை எதிர்க்கும் உங்களை ஆதரிக்கிறார்கள். இது உங்களுக்கு ஊக்கம் தருகிறது. இதை வைத்து நீங்கள் உங்கள் கட்சியை நியாயப்படுத்த முயல்வதுபோல் எனக்குத் தோன்றுகிறது.

மக்களின் நாட்டுப்புற இசை இயற்கையானது. அதிலிருந்து, பண்வகைகள், ஆரோசை அமரோசைகள், தாள நடைகள் முதலியன அமைத்துச் செம்மை செய்யப்பெற்ற செவ்விசை செயற்கையானது தான். ஆனால் நூற்றாண்டு நூற்றாண்டாக வளர்ந்து பண்பட்டு வரும் அந்தக் கவின் கலையை முயன்று கற்றுக்கொள்ளாத ஒருவர், ஒத்துச்சேராமலும், தப்புத்தாளம் போட்டுக் கொண்டு, பாடிக்கொண்டே, இதுதான் இயற்கையான இசை, செயற்கையான செவ்விசை இனிமேல் இதைப்போல ஆகிவிட வேண்டும் என்று சொன்னால், அது, 'ஆடத்தெரியாத தேவடியாள் கூடம் கோணல்' என்ற கதையாக ஆகாதா? என்று, உயர்ந்த செவ்விசையைச் செவ்வியறிந்து சுவைக்கும் இயல்புடைய உங்களை அன்போடு கேட்கிறேன்.

## கி.ரா.வின் கருத்தியல் பற்றிச்
## சங்கமித்திராவுக்கும் திருமுருகனார்க்கும் இடையே
## நடந்த கடிதப் போக்குவரத்துகள்

அய்யா கி.ரா. அவர்களுக்கும் அய்யா திருமுருகனார் அவர்களுக்கும் இடையே மொழிநடை பற்றி நிகழ்ந்த நீண்ட

உரையாடல்கள் தமிழறிஞர் பலரையும் பேச வைத்துள்ளன. கருத்து மேடைப் பகுதியில் எண்ணற்ற அறிஞர் பலர் தத்தமது கருத்தைப் பதிவு செய்துள்ளமை குறிக்கத்தகுவது.

முனைவர் மா.நன்னன், அறிஞர் இரா.செம்பியன், சங்கமித்திரா, பிரான்சு குமாரசாமி, பொறிஞர் அமலன் முதலான பலரும் எதிர்வினைகள் ஆற்றியுள்ளதைக் குறிப்பிடுதல் வேண்டும். இவர்களுள் சங்கமித்ராவின் கடிதமும் அதற்குத் திருமுருகனாரின் பதிலும் தெளிதமிழ் பத்தாம் ஆண்டு (2003) முதல் இதழில் (14.03.2003) இடம் பெற்றுள்ளதை அறிதல் வேண்டும். அவ்விருவர்தம் மடல்களும் வருமாறு:

### திருமுருகனார்க்குச் சங்கமித்திரா கடிதம்

இராச நாராயணன் எழுத்தாளரைச் சென்ற தெளிதமிழில் கிழித்துத் துவைத்துக் காயப்போட்டிருக்கிறீர்கள். அவர் பிறவியில் தெலுங்குத் தாய்மொழியினர், கிராமத்துக்காரர் முறைான படிப்பு-அதாவது சான்றிதழ்ப் படிப்பு அதிகம் படிக்காதவர், அவருடைய தமிழை நீங்கள் கேள்வி கேட்கலாம். ஆனால் அவருடைய நேர்மையைக் கேள்விக்குட்படுத்தும் வண்ணம் - அவருடைய தமிழைக் கிண்டல் பண்ணியும் உங்களைப் பிடிக்கிறது - உங்கள் தமிழைப் பிடிக்கவில்லை என்றும், பேச்சு முதலானது என்பது நீங்கள் கண்டுபிடிக்கவில்லை என்று ஏகடியம் செய்தும், உப்பு மூட்டை ஊ வன்னா என்பது தமிழின் வரி வடிவைக் கிண்டல் செய்வதாகும் என்று குற்றஞ்சாட்டியும், இலக்கணத்தை எதிர்ப்பவர்களுக்கு ஊக்கம் தருகிறீர்கள் என்று சொல்லியும், ஆடத் தெரியாத தேவடியாள் - என்று சொல்லியும் இப்படி நீங்கள் எழுதுவது - இரண்டு முதுபெரும் தமிழ்த் தொண்டர்கள் - நடுவீதியில் நின்று முடியைப் பிடித்துக் கோவணத்தை உருவிச் சண்டைப் போடுவதான துயரம் தரும் இழிக் காட்சியை என் மனக்கண்ணில் உண்டாக்குகிறது. பல நல்ல தமிழ்வாணர்களின் நிலை இதுவாகவே இருக்கும்.

இல்லை, இல்லை, இல்லை. இராச.நாராயணன் எழுதுவது தூய இலக்கணத்தமிழ் இல்லை, இல்லை, இல்லை; முக்காலே மூன்று வீசமும் இல்லை. எனது கேள்வி-இசைக்கும்

இலக்கணத்துக்கும் உயிர்வாழும் ஒரு தமிழறிஞர்-நுழைந்து ஆய்வு செய்து கேள்வி கேட்டு அம்பலப்படுத்த வேண்டிய ஒரு செய்தியா இது - என்பதுதான். சாகித்ய அகாதமி விருது பெற்ற இராசகோபாலாச்சாரி, இந்திரா பார்த்தசாரதி, இராசம் கிருஷ்ணன் இன்னும் நினைவுக்கு வராத சாத்திரோத்தம கவுண்டிகள் பலர் நல்ல தமிழ் எழுதியவர்கள் தானா - பார்ப்பனர் அல்லாத சு.சமுத்திரம், பொன்னீலன், சா.கந்தசாமி, பிரபஞ்சன் எல்லாரும் தமிழ்ப் புலமைக்குத்தான் சாகித்ய அகாதமி விருது பெற்றார்களா - என்றெல்லாம் பார்க்கும்போது தகுதி இல்லாத ஒரு ஆளுக்குச் சாகித்ய அகாதமி விருது தரப்பட்டது என்று நீங்கள் சுட்டிக்காட்டும் போக்கு உறுத்துகின்றது. அதல்லாமல் ஆடத்தெரியாத தேவடியா என்று அவர்களையும் குப்புறப் போட்டும் மிதிக்கிறீர்கள். ஆடல் வேறு - தேவடியாள் தொழில் வேறு அல்லவா? காரைக்காலம்மையைத் தேவடியாள் என்று சொன்னவனைத் - தமிழ்த்தாய்க்குப் பிறந்தவனா என்று கேட்கும் நீங்கள், தேவடியாளாகவே வாழநேரிடும் தமிழ்ப் பெண்ணைக்கூடத் தேவடியாள் என்று சொல்லலாமா? இது ஒருபக்கம். இராசநாராயணனைப் பார்ப்பனர் மேடையில் கிடத்திப் பிடிக்க நீங்கள் கோடாலிபோட்டு அவரைக் கண்டதுண்டமாக வெட்டித் தமிழகத்தின் 18 இலட்சம் பார்ப்பனர்களும் அந்தக் கண்கொள்ளாக்காட்சியில் பேரானந்தமடைவது உங்களுக்குத் தெரிகிறதா? விவரம் நான் சொல்லுகிறேன். 14-9-02இல் சென்னையில் என் தலைமையில் அவருக்குப் பாராட்டு விழா, என் பேச்சில் ஒரு கேள்வி வைத்தேன். மூவாயிரம் ஆண்டுத் தமிழ் இலக்கியத்தில் மூவாயிரம் ஆண்டுத் தமிழர் எதிரிகளான பார்ப்பன பிரம்ம முடிச்சான சாதிச் சிக்கலுக்குத் தீர்வு காண்பதுமான இலக்கியங்கள் தோன்றவில்லையே ஏன்? அக்கூட்டத்தில் பலர் பல செய்திகளைப் பற்றிப் பேசினார்கள். ஆனால், கி.இரா-கடைசியாக அமைந்த அவர் பேச்சில் முதல் பேச்சாளனாக மூன்று மணிகளுக்கு முன்பு பேசிய செய்திக்கு முதன்மை கொடுத்து "சாதி ஒழியணும், ஆனால் சாதியினால் இலாபம் அடைகிறவன் அதைக் கெட்டியாகக் காப்பாத்துகிறான். அவன் தந்திரசாலி... தந்திரத்தை நாம் தந்திரத்தால்தான் ஜெயிக்கணும்" என்று பேசினார். இந்தக்

கூட்டத்தில் பல பார்ப்பனர்கள்- தந்திரசாலிகள் இருந்தார்கள். அவர்களில் ஆனந்தவிகடனின் கும்பல் குறிப்பிடத்தக்கது. அவர்கள் தான் ஓசையில்லாமல் கி.இராவைத் தூக்கிக் கால் கையைக் கட்டி உங்கள் முன்னால் மேடையில் போட்டார்கள் ஆனந்த விகடன் பேட்டி - என்கிற பேரில் கி.இராவும் ஆழம்புரியாமல் பேச்சுத்தமிழ் பிரமாதம் - பண்டிதர் தமிழ் படுமோசம் - பண்டிதர்களுக்கு அறிவு கிடையாது - இன்னும் என்னென்னவோ (நான் அந்த பேட்டியின் எதிரொலிகளைத் தான் படித்தேன்) சொல்லிவிட்டார்.

கி.இரா.வுக்கு முன்பொருமுறை இதே பார்ப்பனர்கள் கி.இரா.வின் அபார வளர்ச்சி பார்த்து விடம் வைத்தவர்கள்தான். பாலியல் செய்திகளை எழுதுகிறார் என்று, வாத்யாயனார் எழுதாத பாலியலா? சாண்டில்யன் விவரிக்காத பெண் தொடை-மார்பகமா? இதற்கும் காரணம் இருந்தது. அடிப்படை மார்க்சியவாதியான கி.இரா. அடிமன ஆழத்தில் ஒரு மக்கள் மேம்பாட்டுச் சிந்தனையினர் அப்படியென்றால் பார்ப்பன எதிர்ப்பு இயல்பாக வரும்தானே? வந்ததும் ‘சேரிகள் எரிந்தால் போதாது, அக்கிரகாரம் எரிந்தால் தான் சாதி ஒழியும்’ என்றார். அவ்வளவு தான். கி.இராவின் அடையாளம் உயர உயர கி.இரா.வைத் தூக்கிச் சென்ற ஆனந்த விகடனுக்குப் பகீர் என்று புரிந்தது. காந்தியைக் கொன்ற மாதிரி - கி.இரா.வைக் கொல்லவா முடியும்? அவருடைய எழுத்து வாழ்க்கையைக் கொல்ல நினைத்தார்கள். இத்தனைக்கும் கி.இராவின் பாலியல் கதைகளை ஆங்கிலம் பிரஞ்சில் சொந்த சரக்குப்போல எழுதிப் பணம் பண்ணுகிறவர்கள்தான் இவர்கள். இவர்களின் சதிக்கு நீங்கள் துணைபோக வேண்டுமா?

பண்டிதர்கள் என்பவர்கள் - உலகம் முழுவதும் மொழிகளின் அழிவிற்குக் காரணமாக இருந்திருக்கிறார்கள் என்பது எனது தாழ்மையான கருத்து. பனி உறையும் வட இமயம் தமிழகத்தின் எல்லை என்று புறநானூற்று 6ஆம் பாடல் சொல்லுகிறதே - அந்த எல்லை எங்கே? வடவேங்கடம் தென்குமரி என்று ஆயிரமாண்டுக்குப் பின்னால் எல்லைச் சீரமைப்பு செய்தோமே- அது எங்கே? ஏன் போனது என்றால்- பண்டிதர்களின் தூய தமிழ் வேட்கையால் போனது. செய்தது

பேசியாகி-பொய்தது யோசியாகி-வேய்தது வேசியாகி-மருவித் தமிழ் மாற்றுருக்கொள்ளும் போதே வட்டாரச் சொல்லகராதிகளைச் செய்து மொழிக்கிளர்ச்சியில் அரச சபைக்கு நெருக்குதல் தர களமிறங்கிப் போராட வெகு மக்களுக்கு விவரமில்லை. பண்டிதர்கள் வரவில்லை. பூவு-ஹூவு, போயி-ஹோகி, பள்ளி-ஹல்லி என்று கன்னடம் வந்த போதும் இப்படிப் பரசுராம அவதாரம் அரபிக்கடலைத் தூர்த்து, கேரள தேசமும் மலையாள மொழியும் உண்டாக்கின போது சிலப்பதிகாரக் காலத்துப் பண்டிதர்கள் எங்கே போனார்கள்? குட்டைப்பனை- நெய்யாற்றின் கரை என்று ஊர் எல்லாம் தமிழில் மொழி மட்டும் வேறா சீரணிப்பது வளரும், ஒதுங்குவது அழியும் சமற்கிருதம் அழிந்துவிட்டது என்கிறோம். தவறு அனைத்து இந்திய மொழிகளிலும்- அது ஊடுருவி நிற்கிறது. நாளைக்குப் பார்ப்பன ஆட்சி வந்த உடனே சவால்விட்டுச் சொல்லுகிறேன், புதைக்குழியில் இருந்து வெளியே வந்த ஈப்ரு மொழி மாதிரி சமற்கிருதம் இந்திய ஆட்சி மொழியாகும். வேறு எந்தக் காரணமும் இல்லை. சீரணிப்பது வளரும், ஒதுக்குவது-ஒதுங்குவது அழியும் ஆங்கிலம் எல்லாத்தையும் செரித்து வளர்ந்தது. ஆண்டுதோறும் புது ஆங்கில அகராதிகள் வந்தன. உலகின் 185 நாடுகளில் ஆங்கிலம் 300 விதமாகப் பேசவும் எழுதவும் படுவதால் அம்மொழி வளர்ந்ததா-சுருங்கியதா? பண்டிதர்கள் தொகுப்பு வேலை செய்ய வேண்டும்-பகுப்பு வேலை இல்லை.

6000 சாதிகளின் தொழிலும் மொழியும் வேறுவேறானவை. ஆடுமேய்க்கும் எங்கள் சாதியின் ஒரு இலட்சம் சொற்களை எந்தப் பள்ளியும்-பாடமும்-பண்டிதரும் இல்லாமல் வாய்ச் சொல்லாகத்தான் வழங்குகிறோம் என்கிறார். கஞ்சா அய்லையா பறையன்-கொசவன்- நாவிதன்-வண்ணான் என்ற இந்தப் பல்வேறு சமூகத் தொண்டர்களின் மொழியை, கருவியை, பழக்க வழக்கப் பண்பாடுகளை எந்த இலக்கியத்தில் யார் பதிவுசெய்கிறார்கள்? இதெல்லாம் தமிழ் இல்லையா? சாகப் பிறந்ததுதானா? மண்ணில் பழம் விழுந்தால்-ஊதிச் சாப்பிடுகிறீர்கள், மலத்தில் மோதிரம் போனால் பாய்ந்து எடுத்துக் கழுவி முடிகிறீர்கள், தமிழில் கொச்சை கலந்தால் மட்டும் அடித்து விரட்டுவதேன்? சில ஆயிரம் பேர்கள் மட்டும் இருக்கும் பண்டிதர்களுக்குத் தமிழ் பட்டா

போடப்பட்ட மொழியா? 20% சேரிமக்களும், 60% பிற்படுத்தப்பட்டவர்களுமானதில் இன்னும் 40% கல்வியறிவில்லாதவர்கள், பண்டிதர்கள் மண் அகற்றி மலம் கழுவித் தொகுப்பும் தொடர்ச்சியும் தூசுதட்டலுமான-தொண்டுமென வேலை செய்ய வேண்டும். மாறாக-நாலு கோடித்தமிழர்கள் எழுதுவதும் பேசுவதும் தமிழே இல்லையென்றால்-நிச்சயமாக சத்தியமாக அது தமிழ் அழிப்புவேலை, தமிழ்நாட்டை மேலும் சுருக்கும் துரோகம். ஓரம் கட்டப்படுகிறவர்களே புதிய மொழியாகிறார்கள்.

அன்புடன், சங்கமித்திரா.

**சங்கமித்திராவுக்குத் திருமுருகனார் கடிதம்**

அன்பு நண்பர் சங்கமித்திராவுக்கு,

திரு. கி.இரா. எழுதுவது இலக்கணத்தமிழ் இல்லை என்று நீங்கள் ஒப்புக்கொள்கிறீர்கள். அதாவது தமிழில் அவர் கதை சொல்லிக்கொண்டு வருவதில் நான் குறுக்கிட்டதில்லை. குழந்தைகளுக்குக் கதை சொல்லும் பெரியவர்கள் நல்ல தமிழில் சொல்ல வேண்டும் என்று எதிர்பார்க்க முடியுமா? ‘பண்டிதர்கள் என் நடைப்பக்கம் சாய்ஞ்சுட்டாங்க; என்னிடம் தோத்துட்டாங்க’ என்று அவர் எழுதிய பிறகுதான் அதுபற்றி எழுத நேர்ந்தது.

சாகித்திய அகாதமி விருது பெற்றோர் எல்லாருமே தகுதியானவர்கள் என்று நான் எப்போதும் சொன்னதில்லை. தகுதியற்றவர்களுக்கும் அது தரப்படுகிறது என்று அறிஞர் பலர் குறைப்பட்டிருக்கிறார்கள். சில ஆண்டுகளுக்கு முன் தாய்க்கொலையில் சிறந்த எழுத்தாளர்களில் சிலரைக் குறித்து ஒரு நூல் எழுதினேன். அதில் குறிப்பிடப்பட்டவர்கள் அனைவருக்கும் அதற்குப் பிறகு சாகித்திய அகாதமி விருது தரப்பட்டது! அரசு கொடுக்கும் அந்த விருதுக்கு ஒரு மதிப்பு இருக்க வேண்டும் என்று விரும்புகிறேன்.

**அன்னைஎனும் தமிழ்மொழிக்கே அன்ப ராகில்**
**அவர்கண்டீர் யான்வணங்கும் கடவு ளாரே!**

என்று நான் பாடியிருக்கிறேன். பார்ப்பனரா அல்லாதாரா என்று பார்க்காமல், தமிழைக் கெடுப்போரைத் தூற்றுவதும், தமிழை உயர்த்துவோரைப் போற்றுவதும் என் இயல்புகள்.

பார்ப்பனர் இழைத்துவரும் கேடுகளைப் பற்றிப் பரக்கப் பேசும் பாவாணர்கூடத் தமிழைத் தாழ்த்துவோராகக் கருதிய வையாபுரியார், தெ.பொ.மீ, டி.கே.சி. முதலியோர் பார்ப்பனர் அல்லாதவராயிருந்தும் அவர்களை இகழ்ந்தார், தமிழை உயர்த்துவோராகக் கருதிய பரிதிமாற் கலைஞர் பி.டி.சீனிவாசையங்கார், வி.ஆர்.இராமச்சந்திர தீட்சிதர், உ.வே.சாமிநாதையர் முதலியோர் பார்ப்பனராயிருந்தாலும் அவர்களைப் புகழ்ந்தார்.

ஒழுக்கங்கெட்டவர்களைத் தேவடியாள் என்று குறிப்பிடுவது இன்றைய உலக வழக்கு. ஆனால் ஆடத்தெரியாத தேவடியாள் என்ற பழமொழி ஒழுக்கத்தைப் பற்றியதன்று; கலைத்திறனைப் பற்றியது. இதைச் சொல்வதில் அவர்களின் ஒழுக்கம் பற்றிய கிண்டல் ஏதுமில்லை. ஒருமுறை கி.இரா. தனித்தமிழைக் கிண்டல் செய்து பின்வருமாறு எனக்கு மடல் எழுதினார்.

‘எனக்கு ஒரு நண்பர் இருந்தார் (அவர் ஆத்மா சாந்தி அடையட்டும்) அவர் சரியான கவிச்சு மாறி. தனது பெண்டாலும் அனுபவங்களை நாணப்படாமல் - நாம் நாணும்படியாக - சொல்ல வல்லவர்.

கி.ரா. தம் கட்டுரையில் ‘சங்கமாங்கி’ என்ற சொல்லைப் பயன்படுத்தியிருந்தார், எங்கள் வட்டாரத்தில் அச்சொல்லை யாரும் எழுத்து வழக்கில் பயன்படுத்துவதில்லை, காரணம் மனைவியைக் கூட்டிக்கொடுத்தவன் என்பது அதன் பொருள் (இதை விளக்கி எழுத நேர்ந்தமைக்கு வருந்துகிறேன்) நீங்களும் கூட நானும் கி.இரா.வும் நடுத்தெருவில் நின்று கோவணத்தை உருவிச்சண்டை போடுவதாக எழுதியிருக்கிறீர்கள். இது எங்கள் இருவருக்குமே பொருந்திய உவமையாக இல்லை. இது போன்ற உவமைகளைக் கட்டுரைச் சுவைக்காக என்றே நான் கருதிக்கொள்வேன். கி.இரா.வும் நீங்களும்கூட அப்படித்தான் எழுதியிருப்பீர்கள் என்று நம்புகிறேன். கி.இரா. மேல் உங்களுக்கிருக்கும் ‘மாணா உவகை’ (அளவு கடந்த அன்பு) ஆடத்தெரியாத என்ற பழமொழியைப் பெரிதுபடுத்தச் செய்துவிட்டது என்று நினைக்கிறேன்.

கி.இரா.வைத் தமிழைத் தாய்மொழியாகக் கொண்ட தமிழர் என்றே எண்ணியிருந்தேன். நீங்கள் அவர் பிறவியில்

தெலுங்குத் தாய்மொழியினர் என்கிறீர்கள். அப்படியானால் வேற்றுமொழிக்காரர் ஒருவர் தமிழில் உள்ள எழுத்துகளை உப்புமூடை சுமக்கிறது என்று சொன்னால் அது தமிழர்க்கும் தம் தாய்மொழியைக் கிண்டல் செய்வதாகவே தோன்றும்.

பேச்சுமொழிதான் உயிருள்ள மொழி என்றாலும் அது இடந்தோறும் வேறுபடுவதால் எல்லார்க்கும் பொதுவாக உருவாக்கப்பட்டது. எழுத்துமொழி அதன் செம்மையான வடிவத்தை இலக்கண வரம்புகோலிக் காப்பது தான் புலவர்களின் பணி. பேச்சுமொழி முன்னே தோன்றியதாக இருந்தாலும் எல்லார்க்கும் ஒரு படித்தாகப் பொருள் உணர்த்துவதில் எழுத்து மொழிதான் சிறந்தது. முன்னே முளைத்த காதைக் காட்டிலும் பின்னே முளைத்த கொம்பு வலியது அன்றோ! இப்படியிருக்க 'நல்ல தமிழைக் காக்கும் தமிழ்ப் புலவர்கள்தாம் தமிழ்மொழியின் அழிவுக்கும் தமிழ் நாட்டின் அழிவுக்கும் காரணமானார்கள்' என்கிறீர்கள். என் சிற்றறிவினால் இதை விளங்கிக்கொள்ள முடியவில்லை.

ஆங்கிலம்போல் எல்லா மொழியின் சொற்களையும் உண்டு செரித்தால்தான் தமிழ் வளரும் என்று சொல்லி, கலப்படத்தை வளர்ச்சிக்கு வழி என்று வரவேற்கிறீர்கள், எல்லாக் கலப்புகளுமே நல்லவையல்ல. தங்கத்தில் கலப்படம் அணிகலனாக்கும் ஆனால், உணவுப்பொருளில் கலப்படம் உயிரைக் கொல்லும். அதுபோல், மொழியில் கலப்படம் அதைச் சிதைத்து அழிக்கும். ஆங்கிலம் வளர்ந்ததற்கும் பல காரணங்கள் உண்டு. வளமாக வாழ்பவன் கையூட்டு வாங்குபவனாயிருந்தால், கையூட்டு வாங்குவதால்தான் அவன் வளமாக வாழ்கிறான். அதனால் வளமாக வாழ வேண்டுமானால் கையூட்டு வாங்க வேண்டும் என்று சொல்ல முடியாது. அவன் வளத்துக்கு வேறு காரணமும் இருக்கலாம். 'சிலது' 'ரெண்டு' 'பலது' என்று எழுதுவதைப் பற்றிக் கவலைப்படாத தமிழன் a apple, he go என்று ஆங்கிலத்தில் யாராவது தவறாக எழுதிவிட்டால் துடித்தெழுந்து திருத்தம் செய்கிறான். அதுபோல் உலக முழுவதும் உள்ள படித்தவர்கள் பொறுப்புடன் ஆங்கில இலக்கணத்தைக் காப்பதால்தான் ஆங்கிலம் வளர்கிறது என்று ஏன் சொல்லக் கூடாது?

கி.இரா.வைப் பார்ப்பனர்கள் மேடையில் கிடைத்தி அமுக்கி பிடிக்க, நான் அவரைக் கோடரியால் கண்ட துண்டமாக வெட்டுவதாகச் சொல்கிறீர்கள். உங்களுக்கு விருப்பமானால் சொல்லுங்கள் நானே மேடையில் ஏறிப்படுத்துக் கொள்ளுகிறேன். என்னை யாரும் அமுக்கிப் பிடிக்கவும் வேண்டியதில்லை உங்கள் சினம் தணியும் வரையில் கறிக்கடைக் கத்தியால் என்னைக் கொத்துக்கறி போல் வெட்டி வீசுங்கள், நான் தடை சொல்ல மாட்டேன். ‘முந்தை இருந்து நட்டோர் கொடுப்பின் நஞ்சும் உண்பர் நனி நாகரிகர்’ என்பதால் இதிலே இருப்பது திருமுருகன் என்ற தனி ஆளின் அழிவுதான். ஆனால் நாம் பேசுவது தமிழ் மொழியின் அழிவு பற்றி. தமிழ் ஒரு பொது அமைப்பு. அதற்குக் கேடு செய்வோர் நண்பராயிருந்தாலும் அதைத் தட்டிக்கேட்காமல் இருக்க என்னால் முடியாது.

உங்களை அறிவதற்கு முன்பே கி.இராவை அறிந்து பழகியவன் நான். அவருக்குக் குடியிருக்க இல்லம் வழங்க வேண்டும் என்று புதுவை அரசுக்குப் பரிந்துரை செய்தவன் நான். அவர் சாகித்திய அகாதமி விருது பெறும் செய்தி வந்ததுமே அவரையும் அவர் துணைவியாரையும் மேடையில் அமர்த்திப் பாராட்டெடுத்தவன் நான். அத்தகைய மதிப்பு வைத்துள்ள நான் கி.இராவின் நேர்மையைக் கிண்டல் செய்வதாக எழுதியிருக்கிறீர்கள். கி.இராவே இதை ஒப்புக் கொள்ளமாட்டார் என்பதை அன்போடு தெரிவித்துக் கொள்கிறேன். - நன்றி. - இரா.தி.

**கி.ரா.வின் மொழி அரசியல்**

**கருத்து முரண்பாடும் கடிதப் போக்குவரத்தும்: தொகுப்புரை**

கி.ரா.வின் மொழி அரசியல் பற்றிய கருத்தியல் புதுவை வட்டார அளவில் பேசப்பட்டிருந்தாலும் கூட அது தமிழகம் தழுவிய அளவில் கவனம் பெற்றிருந்தது. மொழி அரசியலை ஒட்டியும் வெட்டியும் ஏராளமான கருத்து மடல்கள் வந்தனவாகவும் அறிய முடிகின்றது. தெளிதமிழ் இதழில் அவற்றுள் சிலவே இடம் பெற்றிருந்தன. 1990களில் தொடங்கி ஒரு பதினைந்து ஆண்டு காலம் மொழி அரசியல் பற்றிய கருத்துகள் உச்சம் பெற்றிருந்தாலும் அது தொடர்ந்து இன்று

வரையும் பேசப்பட்டு வருவதைக் குறிப்பிட வேண்டும். கி.ரா. அய்யா மறையும் வரை அவர் மொழிநடை பற்றிய ஏற்பிற்கான ஏக்கம் இருந்துள்ளதை உணர முடியும். என்றாலும் குறிப்பிட்ட பதினைந்து ஆண்டு காலத்துக் கருத்து முன்னெடுப்பு முதன்மையானது. இக்கருத்துகள் தனிமனித முன்னெடுப்பாக இருந்தாலும்கூட அது இருவேறு சிந்தனைப் பள்ளிகளின் கருத்தியலாகவே கொள்ளுதல் வேண்டும். இப்பகுதியில் கூறப்பெற்ற கருத்துகளின் தொகுப்பு பின் வருமாறு:

1. பேசுவதுபோல எழுதுவது என்ற நிலையைக் கேள்விக்குள்ளாக்கும் அய்யா திருமுருகனார் "ஏராளமான பேச்சுவழக்கு மரபுகள் இருக்கும்போது எந்தப் பேச்சு வழக்கு மரபை எழுத்து மரபாகக் கொள்ள முடியும்" என்ற வினாவை அழுத்தமாக எழுப்பி உள்ளார். மேலும் பல பேச்சு வழக்குகளில் பேசுவதுபோல எழுதுவதற்கு உரிய வரிவடிவம் இல்லாததையும் சுட்டிக் காட்டுவர். கி.ரா.வின் மொழி நடையிலேயே சில இடங்களில் பேச்சுத்தமிழைப் புரிந்துகொள்ள அடைப்புக் குறிக்குள் எழுத்து நடை அல்லது செந்தமிழ் எழுத்து நடையைக் குறிப்பிட்டுள்ளதை எடுத்துக்காட்டியுள்ளார். இதன் வழிப் பேச்சுத்தமிழைப் புரிந்துகொள்ள எழுத்துத் தமிழே துணை செய்யும் என்பதை வலியுறுத்துவர். அறிஞர்கள் மு.வ. மற்றும் கல்கி போன்றோர் செந்தமிழ் நடையிலேயே எழுதிப் பெயர் பெற்றுள்ளனர். வெற்றியும் பெற்றுள்ளனர். கி.ரா.வாகிய நீங்கள் குறிப்பிடுவதுபோல் மாலை என்பதற்கு ஏற்பாடு என்றோ, கோழி என்பதற்கு வாரணம் என்றோ இப்போது யாரும் எழுதுவது இல்லை. இவ்வாறான கருத்து முரண்பாடுகள் தமிழை அழிக்கத் துடித்துக் கொண்டு இருக்கும் தமிழ்ப் பகைவருக்கே இடம் கொடுக்கும். இவற்றை எல்லாம் கருத்தில் கொண்டு தங்களின் நச்சுத் தேர்வைக் கைவிடுக என்று திருமுருகனார் வேண்டுகோள் விடுப்பர்.

2. திருமுருகனார் கருத்துக்குப் பதில் கூறும் விதமாகக் கி.ரா. அய்யா மடல் எழுதி உள்ளார். அம்மடலில் "உங்களைப் போன்ற கொள்கைவாதிகளை என் பக்கம் இழுக்க இயலாது. என்றாலும் வாசகர்கள் என்னுடைய பதிலை எதிர்பார்த்து இருப்பதால் எழுதுகிறேன்" என்று கூறிக் கடிதத்தைத் தொடங்குகிறார். மொழியின் மூலமே பேச்சுத்தான்; அது தாய் கற்றுக் கொடுத்தது. எழுத்து மொழி உண்டாக்கப்பட்டது செயற்கையானது. பள்ளிக்குச் சென்ற பிறகே எழுத்துமொழி கற்பிக்கப்படுகிறது என்ற கருத்தை வலியுறுத்திக் கூறுவர். எழுத்துத் தோன்றுவதற்கு முன்னேயே ஒலி தொடங்கி விட்டது. நாட்டார் இலக்கியங்கள், பாடல்கள், இசை இவை தொடக்கத்தில் ஒலி வடிவில் தாம் இருந்தன. தவிர எழுத்து வடிவம் இல்லை. வட்டார மொழியில் எந்த மொழியை எழுத்து மொழியாக்குவது என்பது வினா. மாம்பழம் உண்போர் பல்வேறு வகை மாம்பழத்தில் விரும்பிய பழத்தை உண்ணுவதுபோலத்தான் இதுவும். விளங்காத, பொருள் புரியாத, எழுத்து வடிவச் சொற்கள் நாளடைவில் மறைந்து போகும். இறுதியில் அகராதியில் இடம் பெறும். ஆனாலும் எழுத்து மொழி தேவை என்றால் அரசு ஆணை, சட்டத்தீர்ப்புகள், பத்திரங்கள் முதலானவற்றிற்குப் பயன்படுத்திக்கொள்ளலாம் என்ற கருத்தைக் கி.ரா. அய்யா முன் வைத்துள்ளார்.

3. கி.ரா. அய்யாவின் மறுமொழிக்கு மறுபடியும் மறுமொழி தரும் திருமுருகனார், "உங்களையும் உங்கள் கதை சொல்லும் முறையையும் தங்களின் இசை அறிவையும் மதிக்கிறேன்; தங்களின் மொழிநடையில் மட்டுமே வேறுபடுகிறேன்" என்று கூறுவர். "பொது எழுத்து மொழி எது என்பதுதான் நமக்குள் கருத்து வேறுபாடு" என்பதையும் பதிவு செய்துள்ளார். பேச்சில் இருந்தே இலக்கணம் இலக்கியம் உருவாயிற்று என்பதை இவரும் உடன்படுகிறார். ஆனால் பேச்சுநடை என்பது மொழி அழிவுக்கும், பண்பாட்டு அழிவுக்குமே வழி வகுக்கும் என்று கடிதத்தை முடித்துள்ளார்.

4. கி.ரா. அய்யா, திருமுருகனார் அய்யா இருவரது கடிதப் போக்குவரத்தைத் தொடர்ந்து கவனித்து வந்த சங்கமித்திரா அவர்கள் இருவரது கருத்து மோதலை 'நடுவீதிச் சண்டை' என்று காட்டமாகக் கூறுவர். உலகம் முழுவதுமே பண்டிதர்கள் மொழி அழிவிற்கே வழிவகுத்துள்ளனர் என்பதை விளக்குவர். ஒதுக்குவதும் ஒதுங்குவதும் அழிவுப் பாதையையே காட்டும் என்பது இவரது கருத்து. 185 நாடுகளில் ஆங்கிலம் 300 விதமாகப் பேசுப்படுகிறது. இதனால் ஆங்கிலம் அழிந்து விட்டதா என்ன என்ற வினாவையும் எழுப்பி உள்ளார். 6000 சாதிகளின் தொழில் வழி மொழிகள் சொற்கள் இன்னமும் பேச்சு வழக்கில்தாம் உள்ளன என்பதை எடுத்துக் காட்டுவர். நான்கு கோடி தமிழர்கள் பேசுவது தமிழ் இல்லை என்றால் அது மொழி அழிவிற்கே வழிவகுக்கும் என்று முடிவுரைப்பர்.

5. சங்கமித்திரா அவர்களின் கடிதத்திற்கும் அய்யா திருமுருகனார் பதில் எழுதி உள்ளார். 'கி.ரா. அவர்கள் பண்டிதர்கள் தோற்றுப் போய் விட்டனர் என்று கூறிய பிறகே கடிதம் எழுத வேண்டியதாயிற்று' என்று கூறிக் கடிதத்தைத் தொடங்கியுள்ளார். ஆங்கிலம்போல் கலப்பு எல்லா மொழிக்கும் பொருந்தாது. கலப்பு என்பது மொழி அழிவுக்கே வழி வகுக்கும் என்று அழுத்தமாகக் கூறியுள்ளார். தமிழின் மரபைப் பண்டிதர்களே கட்டிக் காத்து வந்துள்ளனர். இப்படி இருக்க மொழி அழிவிற்கு அவர்களே காரணமான வர்கள் என்ற கூற்றிற்குச் சான்றுகள் உண்டா என்று எதிர் வினாவும் தொடுத்துள்ளார். கி.ரா.வின் நேர்மையைக் கிண்டல் செய்வதாக எழுதி உள்ளீர்கள். இதனைக் கி.ரா. அவர்களே நம்ப மாட்டார்கள் என்று கடிதத்தை முடித்துள்ளார்.

இவ்வாறாக, கி.ரா. அய்யாவின் மொழி அரசியல் பற்றிய கருத்து முரண்கள் நீண்ட விவாதங்களைத் தோற்றுவித்த சூழலை அறிய முடிகின்றது. இவ்வாறான விவாதங்கள் எந்த முடிவுக்கும் வராமல் நீண்டு சென்றுள்ளதையும் குறிப்பிட வேண்டும்.

# கி.ரா.வின் மொழி அரசியல் மதிப்பீடு

### புதுச்சேரியின் மொழிச் சூழலும் கி.ரா.வின் மொழிநடையும்

புதுச்சேரிப் பகுதி தமிழ் வளர்ச்சிக்கு மிகுதியான பங்களிப்பைச் செய்துள்ள மாநிலம். வரலாறு நெடுக தமிழ் அறிஞர்கள் தம் தமிழ்ப் புலமையால் பெருமை பெற்ற மாநிலம் புதுச்சேரி. சென்ற நூற்றாண்டில் மகாகவி பாரதி, புரட்சிக் கவிஞர் பாரதிதாசன், புதுவைச்சிவம், வாணிதாசன், தமிழ் ஒளி என்று தொடர்ச்சியான புலமை மரபைப் பெற்றுச் சிறப்படைந்த பகுதி. எண்ணற்ற பாவலர் பெருமக்கள் பாக்களை இயற்றித் தமிழுக்குத் தொண்டாற்றியுள்ளமையைக் குறிப்பிடுதல் வேண்டும். கடந்த இரண்டு நூற்றாண்டுகளில் மட்டும் இருநூற்று ஐம்பதிற்கும் மேற்பட்ட இதழ்கள் புதுச்சேரியிலிருந்து வெளி வந்துள்ளன. இவற்றுள் பெரும் பகுதி தமிழ் இதழ்கள் என்று ஆய்வாளர் கு.இராசேந்திரன் குறிப்பிடுவர். தனிப்பாக்கள், காவியங்கள், சிற்றிலக்கியங்கள், நாடகங்கள், சிறுகதை, புதினம் முதலான நவீன படைப்புகள் எண்ணற்றவை வெளியிடப்பட்டுள்ளன. மரபு இலக்கணங்களில் துறைபோகிய சான்றோர் பலரும் வாழ்ந்துள்ளதையும் குறிப்பிடுதல் வேண்டும். தமிழ் நாட்டில் புகழ் பெற்றிருந்த அறிஞர் பலரும் புதுச்சேரிக்கு வருகை தந்து ஆற்றிய இலக்கியச் சொற்பொழிவுகள் எண்ணற்றவை ஆகும். சென்ற நூற்றாண்டில் தோன்றிய தமிழ் மறுமலர்ச்சிக்கு வித்திட்ட தமிழ்த் தேசியச் சிந்தனைகள், தனித் தமிழ்ச்

சிந்தனைகள், மொழிப் போர் சிந்தனைகள் ஆகியவற்றின் வெற்றிக்குத் தமிழ் நாட்டுக்கு இணையான களத்தை அமைத்துக் கொடுத்தது புதுச்சேரி மண் என்றால் அது மிகையாகாது.

இவ்வாறான ஒரு வரலாற்றுச் சூழலில் 1980களின் காலக்கட்டத்தில்தான் புதுவைப் பல்கலைக்கழகம் தோற்றுவிக்கப்பட்டது. இந்தக் காலக்கட்டத்தில் ஆற்றல் மிகுந்த தமிழ்ச் சிந்தனை மரபில் தோன்றிய அறிஞர் பலர் புதுவையில் வாழ்ந்து வந்தனர். இத்தகு அறிஞர் பெருமக்கள் இயல்பாகவே போர்க்குணம் மிக்க தமிழ்மொழிப் போராளிகளாகத் திகழ்ந்தனர். இத்தகு அறிஞர் பெருமக்களும் வேறு துறை வல்லுநர்களும் புதுவை மக்களும் புதுவைப் பல்கலைக்கழகத்தை மகிழ்ச்சியோடு வரவேற்றனர். புதுவை மண்ணில் பல்கலைக்கழக நிதிக்குழுவின் நேரடிக் கண்காணிப்பில் மைய அரசின் பல்கலைக்கழகம் அமைவது மிகச் சிறந்தது என மக்கள் எண்ணினர்.

ஆனால் புதுச்சேரியின் எதிர்பார்ப்பிற்கு ஏற்பப் புதுவைப் பல்கலைக்கழகம் அமைந்ததா என்பது காலம் செல்லச் செல்ல ஐயத்திற்கு இடமளித்தது. பல்கலைக்கழகத்தின் முதல் இரண்டு துணைவேந்தர்கள் தமிழ் நாட்டைச் சேர்ந்தவர்கள் அடுத்தடுத்து வந்தவர்கள் அனைவரும் வேற்று மொழியாளர் வேற்று மாநிலத்தவர். இவர்கள் அனைவருமே புதுவை மக்களிடமிருந்து விலகினர்; மைய அரசன் ஆதிக்கத்திற்கு உட்பட்டனர்.

முதல் துணைவேந்தர் வேங்கட சுப்பிரமணியன் காலத்தில் புதுவை அறிஞர்களுக்கும் பல்கலைக் கழகத்திற்கும் நெருக்கமான பிணைப்பு இருந்ததுபோல நிகழ்வுகள் நடந்தன. என்றாலும் தமிழியற் புலத்தைப் பொறுத்தவரை நவீன ஆய்வுகளுக்குரிய களமாக மாற்ற எண்ணங்கொண்டார் துணைவேந்தர். இதன் விளைவாகப் பாடத்திட்டங்கள் மாற்றியமைக்கப்பட்டன. பேச்சு ஆங்கிலம், தமிழ் சுருக்கெழுத்து, இந்திய மொழிகளில் ஒரு மொழிக்குரிய தேர்ச்சி, மொழி பெயர்ப்பு என்று பாடத்திட்டங்களுக்கு ஏற்பப் பணி அமர்த்தங்கள் நடந்தன.

இவ்வாறான சூழல் தமிழ்ப்புலமை மரபில் உச்சம் பெற்றிருந்த புதுச்சேரி அறிஞர்களுக்கு உவப்பானதாக இல்லை. பேராசிரியர்கள் பணி அமர்த்தம் செய்த போது புகழ் பெற்ற மூத்த தமிழ் அறிஞர்; புதுவையைச் சேர்ந்தவர் கலந்துகொண்டார். அவர் உள்ளே நுழைந்த போது துணைவேந்தரும் ஏனையோரும் எழுந்து நின்று உங்கள் புலமையை எங்களால் எப்படி மதிப்பிட முடியும் என்று கைக்கூப்பி வணங்கியதாக வாய்மொழிச் செய்தி ஒன்று உண்டு.

புதுச்சேரி மரபு சார்ந்த புலமை பெற்றோர் ஒருபுறம் வெளியிலிருந்து வந்த புதிய அணுகுமுறை வழி ஆய்வு நிகழ்த்தும் ஆய்வறிஞர்கள் ஒருபுறம் என்று ஓர் இணை முரண் தோன்றியதை அக்காலத்தில் வாழ்ந்தவர்களால் உணரமுடிந்தது.

தமிழியற் புலத்தின் ஆய்வுப் பிரிவு தொடங்கப்பட்ட போது அதற்கென ஒரு தொடக்க விழா நடத்தப்பட்டது. அவ்விழாவில் கலந்துகொண்ட புதுச்சேரி தமிழறிஞர் பலருக்கும் ஆய்வாளர்களுக்கு வழங்கப்பட்ட ஆய்வுத் தலைப்புகளில் உடன்பாடு இல்லை. இதனை நேரிடையாகவே தம் உரைகளில் வெளிப்படுத்தினர். இவ்வாறான ஆய்வுத் தலைப்புகள் தமிழை வளர்க்காது என்று அறிவுறுத்தினர்.

இதே காலக்கட்டத்தில் புதுவையில் தோற்றுவிக்கப் பட்ட 'புதுச்சேரி மொழியியல் பண்பாட்டு ஆராய்ச்சி நிறுவனத்தையும்' குறிப்பிடுதல் வேண்டும். இந்நிறுவனம் மொழியியல் பேராசிரியர்களால் வழி நடத்தப்பட்டது. எண்பதுகளின் இறுதி, தொண்ணூறுகளின் காலக்கட்டத்தில் தமிழ் இலக்கணம் சார்ந்த பெரும் கருத்தரங்குகள் நடத்தப்பட்டன. இக்கருத்தரங்குகளில் மரபுவழி இலக்கணப் புலமையாளர்களுக்கும் மொழியியல் அறிஞர்களுக்கும் இடையே பெரும் விவாதங்கள் அரங்கேறின. மொழியியல் சார்ந்த கருத்துகளின் ஆதிக்கம் இலக்கணப் புலமையாளர்களுக்கு உவகையைத் தரவில்லை. இவ்வாறான கருத்து மோதல்கள் தமிழகம் தழுவி எதிரொலித்தன என்றே கூறுதல் வேண்டும். அன்றைய காலகட்டத்துப் பெரும் பேராசிரியர்களின் பேசு பொருளாகப் புதுச்சேரியின் மொழி சார்ந்த அரசியல் நிகழ்ந்தது.

இவ்வாறான சூழலில் புதுவைப் பல்கலைக்கழகத் துணைவேந்தர் ஒரு புதிய திட்டத்தை அறிகமுகப் படுத்தினார். பெரும் பல்கலைக்கழகங்களில் பட்டம் ஏதும் பெற்றிடாத ஆனால் மொழி, இலக்கியம், பண்பாடு முதலியவற்றிற்குப் பங்களிப்பை வழங்கிப் படிக்காத மேதையாகவோ பட்டம் பெறாத மேதையாகவோ விளங்கும் அறிஞர்களை வருகைதரு பேராசிரியர்களாக அமர்த்தம் செய்து கொள்ளலாம் என்னும் ஒரு விதிமுறையை அன்றைய பிரதமர் நேரு அவர்கள் உருவாக்கி உள்ளார். இவ்விதிமுறைப்படி துணைவேந்தர் அவர்களும் க.நா.சுப்ரமணியன், இந்திரா பார்த்தசாரதி ஆகியோரைப் பேராசிரியராகச் சில காலத்திற்கு அமர்த்தம் செய்திருந்தார். இவர்களை அடுத்து இடைச்செவலில் வசித்து வந்தவரும் பள்ளிக்கூடக் கல்வியை வெறுத்தவருமான கி.ராஜநாராயணன் அவர்களை வருகைதரு பேராசிரியராகத் தமிழியற் புலத்தில் அமர்த்தம் செய்தார். தமிழகத்தைத் திரும்பிப் பார்க்க வைத்த நிகழ்வாக இது அமைந்து போனது. இது பற்றிக் கி.ரா. அய்யா கூறுவதை அப்படியே இங்கே தருவது இப்பகுதியைப் புரிந்து கொள்ளத் துணை செய்வது ஆகும்.

"புதுவைப் பல்கலைக்கழகத் துணைவேந்தர் டாக்டர். கி.வேங்கடசுப்ரமணியம் அவர்கள் என்னை அழைத்து இளம் முனைவர் பட்டப் படிப்பு (எம்ஃபில்) மாணவர்களுக்கும் முனைவர் பட்டப் படிப்பு மாணவர்களுக்கும் என்னை வகுப்பு எடுக்க வேண்டும் என்று கேட்டுக்கொண்டபோது அதிர்ச்சியாக இருந்தது. நிஜமாகத்தான் சொல்லுகிறாரா என்று அவர் முகத்தை ஆராய்ந்தேன். வித்தியாசமாகத் தெரியவில்லை. புதுவைப் பல்கலைக்கழகத்துக்கு நான் அழைக்கப்பட்டது ரண்டே காரணங்களுக்காக, பெரிய்ய அளவில் அகிலத் தமிழ் வட்டாரவழக்குச் சொல்லகராதி ஒன்று தயாரிப்பது, அடுத்தது, இதுவரை இன்னும் தமிழில் வெளிவராத நாட்டுப்புறக் கதைகளையும், வெளிவந்த அனைத்துக் கதைகளையும் திரட்டி வகைப்படுத்திப் பிரித்துத் தொகுத்து அவற்றைத் தொகுதிகளாகப் புத்தகங்களாக்குவது. இந்த ரண்டு காரியங்களே மலைக்கும்படியாக மலைபோல் எனக்குத் தெரிந்துகொண்டிருக்கும் போது இப்படியான விடயங்களில் கவனம் செலுத்துவது எப்படி? அதோடு இளம்

முனைவர் பட்டத்துக்கு வகுப்பு எடுக்கிற அளவுக்கு எனக்கு ஒரு 'இளவும்' தெரியாதே.

**'துள்ளித் திரிகின்ற காலத்திலே – என்**
**துடுக்கடக்கிப்**
**பள்ளிக்கி வைத்திலனே**
**தந்தையாகிய பாதகனே...'**

என்று சடைக்கவும் வழியில்லை. அப்பா என்னைப் படிக்கத்தான் பள்ளிக்கூடம் அனுப்பினார். அதற்காக அடித்தார்; உதைத்தார்; அதையே வாத்தியார்களும் செய்தார்கள். பலன்தான் ஒன்றுமில்லை. நான் ஏதாவது கற்றுக்கொண்டேன் என்றால் அதெல்லாம் பள்ளிச் சுவர்களுக்கு வெளியேதான். 'யான் பயின்ற பல்கலைக்கழகம்' கரிசல் காடும் அதில் வசிக்கும் மக்களும் பறவைகளும் மிருகங்களும் ஜீவராசிகளும்தான். இவைகளையெல்லாம் பற்றித்தான் எனது எழுத்துக்களில் வரிசையாகச் சொல்லி யிருக்கிறேன்; சொல்ல இருக்கிறேன். என்ன வெயில் வெக்கை வேக்காடு இருந்தாலும் உடம்பை முழுக்கால் முழுக்கைச் சட்டைக்குள் நுழைத்துக்கொண்டிருக்கும் இந்த ஜீவன்களுக்கு நாலு முழ வேட்டி உடுத்திய என்னிடம், இவர்களுக்குச் சொல்லித்தர என்ன இருக்கு..? கேலிப் பிழைப்பாகப் போயிரும் போலிருக்கே... சே இப்போ வசமாக வந்து மாட்டிக்கொண்டோம்' என்று நினைத்துக்கொண்டு, மூச்சுக்காட்டாமல் துணைவேந்தரையே பார்த்துக் கொண்டிருந்தேன்.

"என்ன தயக்கம் இதில் உங்களுக்கு?" என்று கணீர்க் குரலில் கேட்டுவிட்டு அவரே சொல்லிக்கொண்டு போனார். கம்பரையும் வள்ளுவரையும் வைத்து நாங்கள் எத்தனை டாக்டர் பட்டம் வாங்கியிருக்கிறோம். அதே கம்பரும் வள்ளுவரும் வந்து, உங்கள் பல்கலைக் கழகத்தில் ஒரு பேராசிரியர் வேலை போட்டுக் கொடுங்கள் என்று வந்தால் என்ன சொல்வோம்! என்று கேட்டு விட்டு, "எதில்-எந்த யுனிவர்சிடியில் படித்து - டாக்டர் பட்டம் வாங்கி யிருக்கிறாய்?" என்று லஜ்ஜைப்படாமல் அவர்களைப் பார்த்தே கேட்போம்! என்று சொல்லி விட்டுச் சிரித்தார். பிறகு நடப்பை விவரித்தார். டெல்லி பல்கலைக்கழகத்தில்,

இசைமேதை ஒருவரை இசைத்துறையில் விசிட்டிங் புரொபசராக நியமித்தாராம் அந்த யுனிவர்சிட்டியின் துணைவேந்தர். அந்த நியமனத்தை யூ.ஜி.சி. ரத்து செய்து உத்தரவு பிறப்பித்தது, காரணமும் சொன்னது. 'அவர் இசை மேதையாக இருக்கலாம். இசை உலகமும் அவரைத் தலையில் வைத்துக்கொண்டாடலாம். ஆனால், அவர் எந்தப் பல்கலைக் கழகத்திலும் பயின்று பட்டம் வாங்கவில்லை. பட்டப் படிப்பு படிக்காத ஒருவரைப் பல்கலைக்கழகத்தில் சிறப்பு நிலைப் பேராசிரியராக நியமிக்க முடியாது' என்று சொல்லிவிட்டது. இந்த விஷயம் மத்திய மந்திரி சபை வரைக்கும் போய் விட்டது. அப்போது இருந்த பிரதமருக்கு யூ.ஜி.சி. எடுத்த இந்த முடிவு அபத்தமாகப்பட்டது. சம்பந்தப்பட்ட சட்ட நிபுணர்களைக் கலந்து உடனே அதை மாற்றி ஒரு உத்தரவு பிறப்பித்தார். அந்தப் பல்கலைக்கழக வேந்தரும் யூ.ஜி.சியும் அதை அங்கீகரித்ததன் பயனாக அந்த இசைமேதை டெல்லிப் பல்கலைக்கழகத்தின் சிறப்பு நிலைப் பேராசிரியராக நியமனம் பெற்றார். இப்போது நீங்களும் அதே உத்தரவின் கீழ்தான் இந்தப் புதுவைப் பல்கலைக் கழகத்தில் சிறப்பு நிலைப் பேராசிரியராக நியமிக்கப்பட்டிருக்கிறீர்கள். இது எங்களுக்குப் பெருமை என்று சொல்லி விட்டு, "பல்கலைக்கழக மாணவர்களுக்கு நீங்கள் பாடம் எடுக்க வேண்டும் என்றவுடன் தயங்க வேண்டியதில்லை. முறையான பாடங்களும், படிப்பும் கல்லூரியோடு முடிந்தது என்று வைத்துக்கொள்ளுங்கள். சர்வகலாசாலையிலும் வந்து அவர்கள் அதையே தொடருவதாக இருந்தாலும் உங்களைப் போன்ற அறிஞர்கள் எங்கள் மாணவர்களோடு வந்திருந்து வாரத்துக்கு நான்கு மணி நேரமாவது கலந்து பழகி, அவர்களோடு பேச வேண்டும் என்பது எங்கள் விருப்பம். அதற்காகவும் உங்களை இங்கே தருவித்திருக்கிறோம். வகுப்பில் அவர்கள் உங்களோடு பழக வேண்டும்; நீங்கள் அவர்களோடு பழக வேண்டும். உங்கள் உலக அனுபவங் களையெல்லாம் அவர்களுக்கு நீங்கள் சொல்ல வேண்டும். எதைப் பற்றியும் அவர்களிடம் பேசலாம். சிறுகதை, நாவல், நாடகம், பயண இலக்கியம், கட்டுரை இலக்கியம், பத்திரிகைகளைப் பற்றி, அரசியலைப் பற்றி, சினிமாவைப் பற்றி - சினிமாவைப் பற்றிக்கூட நாங்கள் ஒரு பாடம்

வைத்திருக்கிறோம் - இப்படி எது பற்றியும் நீங்கள் பேசலாம். உங்கள் அனுபவங்கள் தான் அவர்களுக்குப் பாடம். அதைச் சொல்லுங்கள் எங்கள் மாணவர்களுக்கு" என்றார்.

கி.ரா. அய்யா அவர்களின் இந்தப் பதிவு மிக முதன்மையானதாகும். பாடம் சொல்லித் தர, அதுவும் உயர் கல்வி கற்பிக்க வாழ்க்கைப் பட்டறிவு போதுமானது என்பதும், பட்டங்கள் சில நேரங்களில் தேவையில்லை என்பதும் குறிக்கத்தக்கவை ஆகும்.

ஆக இதுகாறும் கூறப்பெற்ற ஒட்டு மொத்த புதுச்சேரி மொழி இலக்கியச் சூழலையும் மீண்டும் ஒரு முறை எண்ணிப் பார்க்க வேண்டும். மரபார்ந்த தமிழ்ப்புலமை ஒதுக்கம் பெற்றதும் நவீன ஆய்வு இலக்கிய மரபுகள் வழக்கு பெற்றதும் பண்டிதர்கள் ஒருபுறமும் மழைக்குக்கூடப் பள்ளிப்பக்கம் ஒதுங்காத படைப்பு ஆளுமை ஒருபுறமும் என்று ஒரு வகைக் கருத்து முரண் சூழல் தெளிவாகத் தோற்றம் பெற்றிருந்தது. இவ்வாறான ஓர் இலக்கிய அரசியலைக் கி.ரா. அய்யா அதற்கு முன்பாக எதிர்கொண்டதாகத் தெரியவில்லை. அவருடைய முதல் புதினம் வெளிவந்த போது அது புதினம் இல்லை என்று திறனாய்வாளர்கள் கூறியபோது கி.ரா. அய்யா நான் புதினம் என்பதாக எதையும் எழுதவில்லை; புதினம் பற்றியும் எனக்கு எதுவும் தெரியாது என்று ஒதுங்கிக் கொண்டார்.

ஆனால், புதுச்சேரியின் மொழி அரசியல் அவரை விடுவதாக இல்லை. கி.ரா. பொறுப்பேற்றுக்கொண்ட பிறகு நாட்டுப்புறக் கதைத் தொகுப்புத் திட்டம், மரபுக்கூறு சேகரிப்புத் திட்டம் முதலியன செயற்படுத்தப்பட்டன. இவற்றின் சார்பாகத் தேசிய அளவிலான கருத்தரங்குகளும் நடத்தப்பட்டன. இவற்றுள் ஒன்று 'நாட்டுப்புறக் கதைகள்: பன்முகப் பார்வைகள்' என்னும் கருத்தரங்கு ஆகும். இக்கருத்தரங்கம் பற்றி அதன் ஒருங்கிணைப்பாளர் கூறுவது வருமாறு:

"குறித்த நாளில் கருத்தரங்கம் தொடங்கியது. வரவேற்புரை பேராசிரியர் க.ப.அறவாணன் அவர்கள். தலைமை கி.ரா. அய்யா அவர்கள். நம்பிசார் நிகழ்ச்சியைத் தொகுத்து வழங்கிக்கொண்டிருந்தார்.

துணைவேந்தர் கி.வேங்கடசுப்பிரமணியன் அவர்கள் கொஞ்சம் நேரம் கழித்தே வந்தார். அப்போது அவருக்கு அறுவைச்சிகிச்சை ஒன்று நடந்து இருந்தது. அநேகமாக இருதய அறுவைச்சிகிச்சையாக இருக்கக் கூடும். நினைவில் இல்லை. பல நாட்கள் கழித்து அவரைப் பார்த்ததால் ஒரு பரபரப்பு நிலவியது. 'அதிக நேரம் பேச வேண்டாம்' என்று அறவாணன் ஐயா முதலியோர் கேட்டுக்கொண்டனர்.

துணைவேந்தர் மிக ஆர்ப்பாட்டமாகப் பேசத் தொடங்கினார் என்றுதான் கூற வேண்டும். கூட்டம் கலகலத்துப் போனது. ஏராளமான விடுகதைகளையும் பழமொழிகளையும் சரவெடியாகக் கொளுத்திப் போட்டார். பார்வையாளர்கள் வாய்விட்டுச் சிரித்தனர். இன்னமும் நன்றாக நினைவிருக்கிறது. அவர் பேசியபோது ஒரு விடுகதையைப் போட்டது. அது,

**நேத்து சுட்ட முயல்**
**இன்னிக்குக் கறியாச்சி**
**முயல சுட்டவன் செத்து**
**ஆறு மாசமாச்சி**

''இந்த வெடியை வெடிங்க பார்க்கலாம்'' என்று ஆர்ப்பாட்டமாகப் பேசி முடித்தார். ஒட்டுமொத்தமாகத் திட்டப் பணிகளை மனதாரப் பாராட்டி மகிழ்ந்தார்.

மிக வண்ணமயமாகக் கருத்தரங்கு தொடங்கியது. ஏராளமான பார்வையாளர்கள், பத்திரிகையாளர்கள், உள்ளூர் அறிஞர்கள் என்று கூட்டம் அலைமோதியது. நண்பகல் உணவு நட்சத்திர ஓட்டல் ஒன்றில் ஏற்பாடு ஆகி யிருந்தது.

ஒரு வழியாக முதல்நாள் கருத்தரங்கு முடிந்தது. கட்டுரைகள் மீதான கேள்விகள் அதற்கான பதில்கள் என்று கருத்தரங்கம் விறுவிறுப்பைப் பெற்றது.

இரண்டாம் நாள் கருத்தரங்கம் தொடங்கியது. பிரச்சனைகளும் தொடங்கின.

இரண்டாம் நாள், மூன்றாம் அமர்வு நாட்டுப்புறக் கதைகளில் பாலியல் நிலை பற்றியதாக இருந்தது. பேராசிரியர்

காவ்யா சண்முகசுந்தரம் 'நாட்டுப்புறக் கதைகளில் பாலியல் நிலை' என்ற தலைப்பிலும், பேராசிரியர் இ.முத்தையா 'நாட்டுப்புறக் கதைகளில் முறையற்ற பாலுறவு விருப்பங்கள்: சமூக உளவியல் பகுப்பாய்வு' என்ற தலைப்பிலும் அ.ம.சத்தியமூர்த்தி 'தஞ்சை மாவட்டத்து நாட்டுப்புறக் கதைகளில் பாலியல் நிலை' என்ற தலைப்பிலும் குருவிக் கரம்பை சண்முகம் 'மங்கம்மா சபதம் கதையில் பாலியல் நிலை' என்ற தலைப்பிலும் கட்டுரை வழங்கினர்.

காவ்யா சண்முகசுந்தரம் கட்டுரையைத் தொடங்கிய போதே கூட்டத்தில் சலசலப்பு தோன்றியது. அவர் கட்டுரையில், சில கதைகள் வெளிப்படையாகப் பாலுறவு நிலையைக்கொண்டதாகக் காணப்பட்டன.

நேரம் ஆக ஆகக் கொந்தளிப்பு ஏற்பட்டது. மரபு சார்ந்த தமிழறிஞர்கள் சிலர் எழுந்து நின்று அவ்வாறான கதைகள் பற்றிப் பேசுவதற்கு எதிர்ப்புத் தெரிவித்தனர். "இவை எல்லாம் ஆராய்ச்சியே இல்லை" என்றும், "இவற்றைப் பற்றி ஆராய்வதற்கு ஏதும் இல்லை" என்றும் உரக்க வாதிட்டனர். அரங்கம் இரண்டுபட்டது. நாட்டுப்புறவியலின் தேவை, உலக அளவில் அதன் இடம் என்பது பற்றி இன்னும் ஒரு குழுவினர் எதிர்வாதம் செய்தனர்.

பிரச்சனை தீர்ந்தபாடில்லை. இருக்க இருக்க விவாதம் கூடிக்கொண்டே போயிற்று. உள்ளூர் தமிழறிஞர்களைச் சமாதானப்படுத்துவது இயலாமல் போனது.

ஒரு கட்டத்தில் கருத்தரங்கப் பொறுப்பாளர் என்ற முறையில் மேடை ஏற வேண்டியதாயிற்று. "கட்டுரையாளர்கள் சூழலைக் கருத்தில் கொண்டு ஒரு சில செய்திகளைப் பேசாமல் விடுவது நல்லது" என்றும், "பேச வேண்டிய தேவை ஏற்படும்போது அதைச் சற்று நளினமாக வெளியிடுமாறு கேட்டுக் கொள்கிறோம்" என்று கூறப்பட்டது.

பேராசிரியர் தே.லூர்து அவர்கள் இதுபோன்ற கருத்துகளைக் கேட்டுக் கடும் கோபம் கொண்டார். இயல்பாகவே இதுபோன்ற சூழலில் உணர்ச்சி வயப்படுபவர். நாட்டுப்புறவியலைக் குறைத்துப் பேசும் போதெல்லாம் உரத்துக் குரல் கொடுப்பவர். சூழல் அவருக்கு கடும் கோபத்தைத் தந்தது.

அரங்கத்தின் ஒட்டு மொத்த கோபமும் எங்கள் பக்கம் திரும்பியது. பேராசிரியர் தே.லூர்து "உங்களை எல்லாம் யார் கருத்தரங்கம் நடத்தக் கேட்டார்கள். பாலியல் தொடர்பான தலைப்பைத் தந்தால் பாலியல் தொடர்பான செய்திகளைத்தான் பேச முடியும். எங்களைப் பேசவிடாமல் சொல்வதற்கு நீங்கள் யார்?" என்று கொந்தளித்துப் போனார்.

அவரையும் சமாதானப்படுத்த முடியாமல் போனது. பேராசிரியர் அறவாணன் அய்யாவும் கி.ரா. அய்யாவும் செய்வதறியாது திகைத்துப்போயிருந்தனர். ஒருவழியாக அமர்வு முடிவுக்கு வந்தது.

இந்தப் பிரச்சனை நீண்ட நாட்கள் வரை தமிழ் அறிஞர்கள் இடையே விவாதிக்கப்படும் பொருளானது.

மேலே கூறப்பெற்ற எல்லாக் கருத்தியல் சார்ந்த சூழல்களும் கி.ரா.வின் மொழி அரசியலை மறுதலிப்பதாக அமைந்து விட்டதை உணருதல் வேண்டும். இவ்வாறான புதுச்சேரியின் மொழி, இனம், பண்பாடு, இலக்கியம், இலக்கணம் ஆகியவற்றைப் பின்னணியாகக் கொண்டே கி.ரா.வின் மொழி அரசியலையும் ஆராய வேண்டி உள்ளது. இவற்றையும் ஆராய்ச்சியாளர் கவனத்தில் கொண்டே ஆராய்தல் நல்லது.

### கி.ரா.வின் மொழிநடைக்கு இலக்கண அடிப்படைகள் உண்டா?

கி.ரா.வின் மொழிநடைக்கு இலக்கண அடிப்படைகள் அல்லது இலக்கண அமைதிகள் உண்டா என்னும் வினா இக்குறு நூலின் மையமாக எழுப்பப்பட வேண்டிய வினா ஆகும். தம் மொழிநடைக்கான 'சமூக ஏற்பு' அல்லது 'இலக்கண ஏற்பு' என்பது கி.ரா.வின் வாழ்நாள் முழுவதும் இருந்துள்ளது. இவை ஓர் ஏக்கமாகவே அவருக்கு இருந்துள்ளதை மிக அணுக்கமானவர்கள் உணர்ந்திருப் பார்கள். தமிழ்நாட்டு அறிஞர் பலரும் இந்நூலின் முகவுரையில் குறிப்பிட்டுள்ளமை போன்று மிகவும் பாராட்டி உரைத்திருந்தாலும் கி.ரா.வின் மொழிநடைக்கான இலக்கண அமைதி பற்றி ஏதும் எடுத்துரைத்ததாகத் தெரியவில்லை. ஆனால் மொழியியல் பேராசிரியர் இரா.கோதண்டராமன் அவர்கள் கி.ரா.வின் மொழிநடையை மொழியியல்

அணுகுமுறையில் ஆராய்ந்து முடிவுரைத்துள்ளதை இங்கே குறிப்பிடுதல் வேண்டும். இந்த ஆராய்ச்சி கி.ரா.வின் மொழி அரசியலில் புதுவெளிச்சம் பாய்ச்சிய ஆய்வாகும். அவர் கூறுவது வருமாறு:

1. தமிழ்மொழியானது வழக்கு நிலையில் மூன்று வகைப்படும். 1.செவ்வியல் தமிழ் 2.செந்தமிழ் 3.வட்டார வழக்குத் தமிழ் என்பன அவை. இவற்றுள் செவ்வியல் தமிழ் சங்க இலக்கியங்கள், அதனைத் தொடர்ந்து தோன்றிய காப்பியங்கள், பக்தி இலக்கியங்கள் ஆகியவற்றைப் பின்புலமாகக் கொண்டதாகும். இதன் தொடர்ச்சியே செந்தமிழ் வழக்கு. இது கவிதை, உரைநடை முதலிய இலக்கியங்கள், பாடநூல்கள், செய்தி அறிக்கைகள், அரசு ஆவணங்கள் ஆகியவற்றில் பயின்று வருவதாகும். வட்டார வழக்கு மொழி மக்கள் பேச்சிலும், கவிதை, உரைநடை இலக்கியங்களிலும் பயின்று வருவதாகும்.

2. வட்டாரவழக்குப் பேச்சுத்தமிழ்ச் சொற்கள் இலக்கியங்களில் பயின்று வருவதையும் குறிப்பிடுதல் வேண்டும். குற்றாலக் குறவஞ்சி நூலில் 'வருகினும்' 'மேயினும்' 'சாயினும்' முதலிய சொற்கள் இடம் பெற்றுள்ளன. இவை (இந்த வினை முற்றுகள்) வட்டாரவழக்குப் பேச்சுத்தமிழில் நிகழ்வன ஆகும்.

3. பாரதியின் பாடலாகிய 'செந்தமிழ் நாடென்னும் போதினிலே இன்பத் தேன்வந்து பாயுது காதினிலே' என்ற அடிகளில் இடம் பெற்றுள்ள பாயுது, பிறக்குது ஆகிய வினைகள் பேச்சுத்தமிழுக்கு உரியன ஆகும். இவ்வாறான வினை வடிவங்கள் பலவற்றைப் பாரதியின் 'புதிய கோணங்கி' பாடலிலும் காணமுடியும்.

4. கி.ரா.வின் மொழிநடையில் காணப்பெறும் வினை முற்றுகள், தொழிற் பெயர்கள் நெடிய வரலாற்றுப் பின்புலத்தைக் கொண்டவை என்று இரா.கோதண்டராமன் (2017) கூறுவர். சில வினை வடிவங்கள் வருமாறு:

| | | |
|---|---|---|
| அலையுதான் | (அலையிறான்) | (த்) |
| கும்பிடுதேன் | (கும்பிடுகிறேன்) | (த்) |

| | | |
|---|---|---|
| சொல்லுதேன் | *(சொல்கிறேன்)* | *(த்)* |
| நெனைக்கேன் | *(நினைக்கிறேன்)* | *(க்)* |
| படிக்கான் | *(படிக்கிறான்)* | *(க்)* |
| நிக்கான் | *(நிற்கிறான்)* | *(க்)* |
| கொடுக்கேன் | *(கொடுக்கிறேன்)* | *(க்)* |

இந்த எடுத்துக்காட்டுகளில் தகரக்கிளவியும் ககரக்கிளவியும் நிகழ்கால விகுதிகளாக நிகழ்ந்துள்ளன. இந்த வினைமுற்றுகளில் காணப்படும் கால இடைநிலைகள் நெடிய வரலாற்றைக் கொண்டவை ஆகும். இந்த வரலாற்றுப் பின்னணியைச் சங்கப்பாடல்களில் இருந்தும் ஆழ்வார் பாடல்களில் இருந்தும் மேற்கோள் காட்டி விளக்குவர். வருதும் *(மலை 50)* வருதிர் *(கலி.143)* காண்கும் *(கலி.80)* காண்கு *(கலி.89)* செல்கம் *(அகம்.325)* காண்கம் *(அகம். 261)*. ஆழ்வார் பாடல்களில் வரும் மறக்கேன் *(1570)* உரைக்கேன் *(1818)* கொடுக்கேன் *(2868)* காண்கேன் *(2967)* சொல்லுகேன் *(2949)* ஆகிய எடுத்துக்காட்டுகளும் குறிப்பிடத்தக்கவை. இவற்றின் தொடர்ச்சியே தமிழ்நாட்டுத் தென்மாவட்டப் பேச்சுத்தமிழ் வழக்குகள் ஆகும். இவையே கி.ரா.வின் மொழிநடையிலும் பயின்றுள்ளன. இவ்வாறு ஒரு வரலாற்றுப் பின்புலத்தை இரா.கோதண்டராமன் *(2017)* விளக்குவர்.

*5.* கி.ரா.வின் மொழிநடையில் லகர, ளகர ஈற்று எழுத்துகளை உடைய சொற்களை அடுத்து ஒற்று இட்டு எழுதும் மரபு பரவலாகக் காணமுடியும். இம்மரபு இன்றும் மலையாள மொழியில் வழக்கில் உள்ளதை இரா.கோதண்டராமன் *(2017)* கண்டறிந்து எழுதி உள்ளது குறிப்பிடத்தக்கது. மலையாள மொழியில் இருப்பதால் அதன் தொடர்ச்சியான தென் தமிழக மாவட்டங்களிலும் இம்மரபு வழக்குப் பெற்றிருக்க வேண்டும் என்று கருத இடம் உள்ளது.

*6.* ஒற்றுகள் புணர்ச்சியில் மிகுவதை எதிர்பாராத இடங்களில் கி.ரா. எழுத்துக்களில் காணலாம். எ.க: காவல்க்காரர், காவக்காரன், பக்கத்தில்ப் பக்கத்தில், தொப்புள்க்கொடி, கரிசல்க்காடு, எத்தினால்த்தான், இடத்தில்ப்போய், வானத்தில்த்தேடினான், திண்ணையில்க்

கிடந்த, குத்துவதுபோல்த் தூக்கி நிறுத்தி, தவறாமல்ப்போய், கல்க்கண்டு, முதலில்க் கொஞ்சம், பிடிக்காமல்ப்போய்விட்டது, காதில்ப்படும்படி, அமுத தாரையால்க் கரைக்கிறது, முதலில்ப்பட்டது, பால்ப்படை, மூணுகல்த்தொலைவு, கரிசல்க்காடு, முள்ச்சிட்டு... இவற்றில் பல இடங்களில் காரணமின்றி ஒற்று மிகுதியைக் காணலாம். லகர, ளகரங்களை அடுத்து நிகழும் வல்லொற்று மிகுதி மலையாளத்தில் வில்க்கும், கேள்க்கும், வில்க்குந்நு, கேள்க்குந்நு முதலான சொற்களில் நிகழ்கின்றன. தமிழில் நெற்கதிர், முட்புதர் ஆகிய தொடர்கள் மரபிலக்கணங்களில் நெல்+கதிர், முள்+புதர் என்ற அமைப்பினவாகக் கொண்டு நிலைமொழியீற்று லகர ளகரங்கள் வருமொழி முதல் வல்லொற்றின் முன் றகர டகரங்களாகத் திரிவதாகக் கொள்ளப்படுகிறது. ஆனால், மொழியியல் பின்னணியில் அமைந்த ஆய்வில் இந்தத் தொடர்கள் முறையே நெல்க்கதிர், முள்ப்புதர் ஆகிய வடிவங்களின்றும் வருவிக்கப்படும். இந்த ஆய்வு மகற்கு, மகட்கு முதலியவற்றிற்கும் விரிவுபடுத்தப்பட்டு அவை மகன்க்கு, மகள்க்கு ஆகியவற்றினின்றும் வருவிக்கப்படும். மகனுக்கு, மகளுக்கு ஆகிய சொற்களின் ஒடுக்கமே மகன்க்கு, மகள்க்கு என்பவையாகும்.

இரா.கோதண்டராமன் *(2017)* அவர்களின் இக்கருத்துகள் பேச்சுத்தமிழ் முழுதும் விலக்கத்தக்கது அன்று என்பதையும் அதுவும் வலுவான ஆய்வுகளுக்கு உட்படுத்தும்போது இலக்கண மரபிற்குள் இடம் பெறத்தக்க தகுதிப்பாடு உடையது என்பதும், பேச்சுத்தமிழையும் திராவிட மொழிகளையும் இணைத்து ஆராயும்போது கூடுதல் விளக்கங்கள் கிடைக்க வாய்ப்புகள் உண்டு என்பதையும் வெளிப்படுத்துகின்றன. இலக்கியத் தமிழ் என்பது வழக்கையும் செய்யுளையும் இணைத்தே உருவானது என்ற தொல்காப்பியப் பாயிரக் கருத்தையும் உடன் இணைத்து ஆராய்தல் வேண்டும். மேலும் நாடக வழக்கினும் உலகியல் வழக்கினும் பாடல் சான்ற புலனெறி வழக்கம் என்ற தொல்காப்பியர் கருத்தும் மக்கள் வழக்கை முன்னிலைப்படுத்தி உள்ளதையும் உணருதல் வேண்டும். இங்கு உலக வழக்கு என்பது மக்கள் பேசும் மொழி வழக்காகக் கருதுதல் வேண்டும். வழக்கு x செய்யுள், உலக வழக்கு x நாடக வழக்கு என்னும் இணை முரண்களில் எது

உயர்ந்தது எது தாழ்ந்தது என்பதை உறுதிப்படுத்திச் சொல்வதற்கு இல்லை. ஒவ்வொரு சூழலிலும் ஒவ்வொரு வழக்கு மேன்மையுற்று இருந்தமைக்குத் தமிழ்மொழி வரலாறு பதிவு செய்து இருக்கிறது. எனவே இரண்டு வழக்குகளில் உயர்ச்சி தாழ்ச்சி பார்த்தல் வேண்டாம் என்பதே இந்நூலின் முடிவாகக் கொள்ளுதல் வேண்டும். இதனைச் சற்று விளக்கமாகப் புரிந்து கொள்ள வேண்டும். அது வருமாறு:

**மக்கள்தமிழ் x பண்டிதர்தமிழ்**

**எது உயர்ந்தது? ஆய்வு முடிவு**

மக்கள்மொழி உயர்ந்ததா? பண்டிதர்மொழி உயர்ந்ததா? என்று பட்டிமன்றம் நடத்தினால் முடிவு அல்லது தீர்ப்பு சுவை மிக்கதாகக் கூறமுடியும். ஆனால் ஆராய்ச்சியில் அவ்வாறான ஒரு முடிவை எட்டுவது என்பது கடுமையான பணி ஆகும். தக்க சான்றுகள் இல்லாமல் மேலோட்டமாக முடிவை எட்டிவிட முடியாது.

தமிழ்நாட்டு வரலாற்றில் தமிழ் x வடமொழி சார்ந்த மொழி அரசியல் ஈராயிரம் ஆண்டுகளாக நடைபெற்று வருகிறது. வடமொழி எண்ணற்ற மொழி வளங்களை எல்லாம் அழித்துவிட்டது அல்லது உருவிழக்க வைத்துத் தன்னை முன்னிலைப்படுத்திக் கொண்டுள்ளது. இன்று இந்தியாவில் எண்ணற்ற மாநில மொழிகளின் அழிவுக்கு வடமொழியும் இந்தி மொழியும் காரணங்களாகிவிட்டமை கண்கூடு.

தமிழ் x வடமொழி சார்ந்த இவ்வாறான ஓர் அதிகாரப் போட்டி ஈராயிரம் ஆண்டுகளாக நடைபெற்று வருவதை வரலாறு பதிவுசெய்துள்ளது. இந்தப் போராட்டத்தில் தமிழ் கடும் விளைவுகளைச் சந்தித்தாலும் இன்னமும் உயிர்ப்போடும் வளமையோடும் இருப்பதற்குக் காரணங்கள் உண்டு. அந்தக் காரணங்களும் மிக முதன்மையானவை. அம்மொழி பண்டிதர் மொழியாக அல்லது செந்தமிழ் மொழியாக இருப்பதும் மக்கள் நாள்தோறும் வழங்கும் பேச்சு மொழியாக, மக்கள்மொழியாக இருப்பதும் ஆகிய இருநிலைப்பட்ட மொழி அமைப்பு குறிப்பிடத்தக்கதாகும். இந்த இருநிலைப்பட்ட மொழி அமைப்பே தமிழை அழிந்து விடாமல் காத்துள்ளது. இதனைப் பின்வரும் வரலாற்றுப் பின்னணியில் புரிந்துகொள்ளலாம்.

## 1. பல்லவர் காலத்துப் பண்டிதர் மொழியே அல்லது கவிதைமொழியே தமிழைக் காத்தது

கிருத்துப் பிறப்புக்குப் பின்னாகிய சில நூற்றாண்டுகள் தென்னிந்தியாவைப் பொறுத்தவரை மிக முதன்மையானவை. இந்தக் காலக்கட்டங்களில் பல்லவர் பேரரசும் பாண்டிய அரசும் முறையே வடக்கேயும் தெற்கேயும் ஆதிக்கம் செலுத்தி வந்தன. பல்லவர் பேரரசு ஆதிக்கம் பெற்ற பகுதிகளில் சமஸ்கிருதம் உச்சத்தில் அதிகார மொழியாக ஆதிக்கம் செலுத்தி வந்தது. வடமொழி, வடமொழி சார்ந்த சமயம், பண்பாடு, இலக்கியம் ஆட்சி மொழியெனப் பல்லவர் நிலப்பரப்பில் சமஸ்கிருதம் காலூன்றி நின்றது. இன்னமும் சொல்லப்போனால் சாதவாகனப் பேரரசு காலத்திலேயே இந்நிலை காலூன்றி விட்டமை தெளிவு. சாதவாகன பேரரசு காலத்தில் இன்றைய கிருஷ்ணா நதியை ஒட்டிய பகுதிகள் யாவும் தமிழ் வழங்கும் நிலப்பரப்பாகவே இருந்திருக்க வேண்டும். வேங்கடப் பகுதிகளாக இவை சங்க இலக்கியத்தில் ஆட்சி பெற்றுள்ளன ஆதனுங்கன் முதலான தமிழ் மன்னர்களின் ஆளுகைக்குட்பட்ட பகுதிகள் இவை. இக்காலக் கட்டத்தில் வேங்கடம் திருப்பதியாக அறியப் பெறவில்லை என்பதும் அறிஞர் கருத்து (க.ப.அறவாணன்.1972) இப்பகுதி வாழ் தமிழர்கள் சாதவாகன பேரரசின் ஆளுகைக்கு உட்பட்டிருந்தனர். இவர்களின் இலக்கியங்களாகச் சங்கப் பாடல்கள் பாணர் வழியும் வாய்மொழிப் பாடலாகவும் எழுத்து வடிவிலும் இருந்திருக்க வேண்டும். இப்பாடல் களையே சாதவாகனப் பேரரசின் அவைக்களப் புலவர்கள், பிராகிருத மொழியில் மொழி பெயர்ப்பு செய்து 'சத்தசாயி' அல்லது 'காதா சப்தசதி' என்று தொகுத்துள்ளனர். வடமரபில் இப்பாடல்களுக்கு ஆன இலக்கண வரலாற்று மரபு இல்லை என்பதையும் மனத்துள் கொள்ள வேண்டும்.

இவ்வாறான மொழி ஆதிக்கப் போக்கு பல்லவர் காலத்தும் தொடர்ந்தது. இதன் விளைவாகவே தமிழோடு நெருக்கமாக இருக்க வேண்டிய மொழிகள் சமஸ்கிருத உறவு கொண்டு வேறு மொழிகளாகத் திரிந்தன. இது தென்னிந்திய மொழிகளின் நிலை ஆகும்.

ஆனால் இவ்வாறு தமிழ் உருமாற்றம் அடையாதவாறு செய்ததற்கு அன்றைய தமிழ்மொழி அரசியல் பெருங் காரணம். பல்லவப் பேரரசோடு அடிக்கடிப் போரிட்ட பாண்டிய அரசு தமிழியம் சார்ந்த கருத்தியலை முன்னெடுத்தது. பல்லவ அரசு வடமொழியைச் சார்ந்திருந்தது போல அதன் பகை நாடான பாண்டிய நாடு தமிழ்மொழியைச் சார்ந்திருந்தது. இந்த அரசியல் காரணமாக உருவாக்கம் பெற்றதே முச்சங்கத் தொன்மம் ஆகும். சங்க இலக்கியத் தொகுப்புகள், இறையனார் அகப்பொருள் ஆக்கம், பதிகங்கள் பாயிரங்கள் உருவாக்கம் என்று தமிழ்மொழி ஆக்கங்கள் விரைவு பெற்றன (இதுபற்றி விரிவாக அறிய: சிலம்பு நா.செல்வராசு, தொல்காப்பியப் பாயிரம்: சமூகவியல் ஆய்வு-நூலைப் படித்தறிய வேண்டுகிறேன்). ஆகப் பல்லவர் அரசு - வடமொழி - அதுசார்ந்த பண்பாடு சமயம் இலக்கியம் ஒரு புறமும் பாண்டிய அரசு - தமிழ்மொழி - அதுசார்ந்த பண்பாடு சமயம் இலக்கியம் ஒருபுறமும் ஆக அன்றைய நிலைமை நிகழ்ந்துள்ளது.

இவை இவ்வாறு திகழப் பல்லவர் காலத்துப் பக்தி இயக்கம் தம் பாடல்கள் மூலம் பெரும் சமய மாற்றத்தைச் செய்து முடித்திருந்தது. இம்மாற்றம் பக்தி இலக்கியத்தை மக்கள் இலக்கியமாக மாற்றியும் இருந்தது. ஊர்தோறும் மக்கள் சைவப் பாடல்களையும் வைணவப் பாடல்களையும் பாடி இறைவனை வழிபட்டனர். மக்கள் மரபிலிருந்து பக்தி இலக்கியங்கள் உருவாக்கப்பட்டிருந்தன. இவ்வாறான நிலை மிக முதன்மையானது. தமிழ்நாட்டைச் சுற்றிச் சமஸ்கிருதம் மொழிகளைத் திரியச் செய்து மாற்றியிருந்த சூழலில் தமிழ் நாட்டில் இந்த அரசியல் எடுபடவில்லை. காரணம் செந்தமிழ் வழக்கு சார்ந்த கவிதை மொழி மக்களிடம் செல்வாக்கு பெற்றிருந்ததே ஆகும். இதுபற்றி மொழியியல் பேராசிரியர் இரா.கோதண்டராமன் கூறுவார்: "பல்லவர் காலத்தில் பக்தி இலக்கியம் மட்டும் செல்வாக்கு பெறவில்லை என்றால் ஏனைய மொழிபோல அப்போதே தமிழ் அழிந்திருக்கும். தமிழ் அழியாமலும் சமஸ்கிருத மயமாக ஆகாமலும் காத்தது பக்தி இயக்க கவிதை மொழியே ஆகும்" என்பார்.

ஆகப் பல்லவர் காலத்தில் தமிழ் நாட்டைச் சுற்றிலும் மொழி மாற்றம் நடந்தபோது தமிழ்நாட்டில் தமிழ்மொழி

வளமாக ஆக்கம் பெற்றமைக்குப் பண்டிதர் மொழியாகிய கவிதை மொழியே காரணம் என்று கூறிட முடியும்.

## 2. சோழர் காலத்து மக்கள்மொழியே அல்லது பேச்சுமொழியே தமிழைக் காத்தது

சோழர் காலத்தில் தமிழ் நாட்டின் எல்லை கடல் கடந்து பரவி இருந்தது. இந்தியாவின் பெரும்பகுதி மட்டுமின்றித் தென்கிழக்கு ஆசிய நாடுகள் முழுவதும் சோழர் ஆட்சியின் கீழ் இருந்தன. இவ்வாறான பேரரசு அமைந்த காலத்தில் தமிழ் பெரும் செல்வாக்கோடு ஆட்சி மொழியாகத் தொடர்ந்திருக்க வேண்டும். ஆனால் நிலைமை அப்படி இல்லை. வேறு வேறு மொழி பேசும் நாடுகளை ஒன்றிணைக்கச் சமஸ்கிருதமே தொடர்பு மொழியாகவும் அதிகார மொழியாகவும் விளங்கி உள்ளது. சோழர் கால மொழி வழக்கை ஆராயும் சு. இராசாராம் (1992) சமஸ்கிருதமே சோழர் காலத்தில் பெருமொழி அல்லது பெருநிலை மொழித்தன்மையைப் பெற்றிருந்தது என்று ஆராய்ந்துரைப்பர்.

இலங்கை, கடாரம், சாவகம் வரை சோழப் பேரரசு பரவி இருந்தது. இந்நாடுகளில் எல்லாம் அந்நிய மொழிகள் வழக்கு பெற்றிருந்தன. இந்நாடுகளோடு பரந்துபட்ட கருத்துப் பரிமாற்றம் கருதி அனைத்துலக நிலையில் சமஸ்கிருத மொழியைச் சோழர்கள் வழக்குப் பெறச் செய்தனர் (சு. இராசாராம்.1992) ஆகச் சோழர் காலத்தில் சமஸ்கிருதம் ஒரு வகையான ஆட்சி மொழியாகவும், தொடர்பு மொழியாகவும், அதிகார மொழியாகவும் மாறிவிட்டதை அறிய முடிகிறது. இந்த நிலைப்பாட்டையே சு.இராசாராம் (1992) 'பெருநிலை மொழித் தன்மை' என்று குறிப்பிடுகிறார்.

இதன் விளைவாகச் சமஸ்கிருத மயமாக்கல் மிக விரைவாகத் தமிழ் மண்ணில் நிகழ்ந்துள்ளது. வீரசோழியத்தைத் தலைமையாகக் கொண்ட வடமொழி இலக்கணக் கோட்பாடு ஒன்று தமிழ் மண்ணில் வேர்விட்டுக் கிளைபரப்பி உள்ளது. ஐந்து எழுத்துக்களைக் கொண்ட தமிழ் ஒரு மொழி ஆகுமா என்று தமிழரே வினாவை முன்வைக்கும் அளவிற்கு வடமொழி இலக்கணமரபு ஆதிக்கம் பெற்றுள்ளது. பெருநிலை மொழி வழக்குக் காரணமாக நிகழ்ந்த மாற்றங்களை சு.இராசாராம் (1992) பின்வருமாறு பட்டியலிடுவர்:

1. இலக்கியத் தமிழில் வடமொழியின் கலப்பு மேலோங்கியது.
2. தமிழ்நாட்டில் உலவி வந்த வடமொழிக் கதைகள் எல்லாம் தமிழ் இலக்கியங்களாக ஆயின.
3. வடமொழி இலக்கிய வடிவங்கள் பெரும் தாக்கத்தை ஏற்படுத்தின.

எல்லாவற்றுக்கும் மேலாக எழுத்து மரபில் மணிப்பிரவாள நடை என்ற ஒரு நடையே தோற்றம் கொண்டது. முழுதும் சமஸ்கிருதச் சொல்லும் இடையிடையே மிகச் சில தமிழ்ச் சொற்களும் சேர்ந்த நடையே மணிப்பிரவாள நடை என்பதாகும். வரலாற்றில் இந்நடை தொடர்ந்திருந்தால் தமிழ் என்றோ அழிந்திருக்கும். ஆனால், அவ்வாறான அழிவு நேராமல் அப்போது தமிழைக் காத்தது மக்கள்மொழியாகிய பேச்சுத்தமிழே என்று கூறிட முடியும்.

ஆதிக்க அதிகார மொழியாகச் சமஸ்கிருதம் இருந்தாலும் கூட மக்கள் பேச்சுமொழியாகத் தமிழே உயர்ந்திருந்தது. மக்கள் பேச்சுவழக்கு சமஸ்கிருத மணிப்பிரவாள வழக்கை ஏற்கவில்லை; மாறாக நிராகரித்துள்ளது. இதன் விளைவாக மக்கள் பேச்சு வழக்குகள் கடும் போராட்டத்தைச் சந்தித்து இருக்க வேண்டும். பேச்சு வழக்குச் சார்ந்த குறவஞ்சி, பள்ளு முதலிய இலக்கியங்களின் தோற்றத்தை இந்தப் பின்னணியில் நின்றும் ஆராய வேண்டியுள்ளது.

ஆக, தமிழ்மொழி வரலாற்றில் பல்லவர் காலத்தில் பண்டிதர் மொழி, செம்மொழித் தமிழைக் காத்துள்ளது; சோழர் காலத்தில் மக்கள் பேச்சுமொழி தமிழைக் காத்துள்ளது என்ற முடிவுக்கு வரமுடியும். எனவே, இரண்டு கண்கள்போல தமிழ்மொழிக்குப் பண்டிதர் மொழியும் தேவை. பேச்சு மொழியும் தேவை என்று கூறிட முடியும். இவற்றுள் உயர்வு தாழ்வு கற்பிக்கும் மொழி அரசியலும் தேவையற்றதாகிறது.

\* \* \*

## துணை நூல்கள்:


1. அறவாணன், க.ப. 1972. புரட்சிப் பொறிகள். சென்னை: தமிழ்க்கோட்டம்.

2. இராசாராம், சு. 1992. வீரசோழிய இலக்கணக் கோட்பாடு: நாகர்கோவில்: இராகவேந்திரா.

3. இராதாகிருஷ்ணன், கே.எஸ். 2023. கி.ரா. நூறு. கதை சொல்லி வெளியீடு.

4. கோதண்டராமன், இரா. 2017. இலக்கியத் தமிழ். முடிவில்லாப் பயணம். தஞ்சாவூர்: அன்னம்.

5. சங்கமித்திரா. 2003. கருத்து மேடை. கடிதம். தெளிதமிழ் இதழ் (14.04.2003) புதுச்சேரி: தமிழன்பர்கள் தமிழ்ப்பணி அறக்கட்டளை.

6. சிலம்பு நா. செல்வராசு, 1997. இலக்கிய அரசியல். புதுச்சேரி: அனிச்சம்.

7. சிலம்பு நா. செல்வராசு, 2004. தொல்காப்பியப் பாயிரம் சமூகவியல் ஆய்வு. சென்னை: காவ்யா.

8. சிலம்பு நா.செல்வராசு, 2017 பேராசிரியர் கி.ரா. சில நிகழ்ச்சிகளும் சில நினைவுகளும். தஞ்சாவூர்: அன்னம்.

8. செயப்பிரகாசம், பா (மற்றும் க.பஞ்சாங்கம், நாயகர்). 2017. முடிவில்லாப் பயணம். தஞ்சாவூர்: அன்னம்.

9. திருமுருகன், இரா. 2003. பேசுவதுபோலவே எழுத வேண்டுமா? தெளிதமிழ் இதழ் 15.01.2003. புதுச்சேரி: தமிழன்பர்கள் தமிழ்ப்பணி அறக்கட்டளை.

10. திருமுருகன், இரா. 2003. கி.இரா. கட்டுரை பற்றி எனது கருத்து (16.03.2003) புதுச்சேரி: தமிழன்பர்கள் தமிழப்பணி அறக்கட்டளை.

11. திருமுருகன், இரா. 2003. அன்பு நண்பர் சங்க மித்திராவுக்கு... தெளிதமிழ் இதழ் (14.04.2003). புதுச்சேரி:
தமிழன்பர்கள் தமிழ்ப்பணி அறக்கட்டளை.

12. துளசி பாக்கியவதி: 2020. கணவதி என்னும் குணவதி. புதுச்சேரி: அனிச்சம்.

13. நாஞ்சில் நாடன், 2023. தகுதியால் வாழ்தல் இனிது. கி.ரா. நூறு. கதை சொல்லி வெளியீடு.

14. நுஃமான். எம்.ஏ., 2023. ராஜநாராயணன் படைப்புலகம். கி.ரா. நூறு. கதை சொல்லி வெளியீடு.

15. பக்தவத்சல பாரதி. 2017. கதைகளின் ஊடாகப் பண்பாட்டு நெசவு. முடிவில்லாப் பயணம். தஞ்சாவூர்: அன்னம்.

16. பக்தவத்சல பாரதி. 2020. கி.ரா.வின் கரிசல் பயணம். நாகர்கோவில்: காலச்சுவடு.

17. பஞ்சாங்கம், க. 1996. மறுவாசிப்பில் கி.ரா. சிவகெங்கை: அன்னம்.

18. பஞ்சாங்கம், க. 2012. கி.ரா.வின் புனை கதைகளும் இயற்கையை எழுதுதலும். தஞ்சாவூர்: அன்னம்.

19. மகேந்திரன், பெ. 2023. கி.ரா.வின் மொழி வேதியியல். கி.ரா. நூறு. கதைசொல்லி வெளியீடு.

20. ராஜநாராயணன், கி. 1991. மக்கள்தமிழ் வாழ்க. மதுரை: அன்னம் பதிப்பகம்

21. ராஜநாராயணன், கி. 2022. கி.ரா.வின் படைப்புகள், ஒன்பது தொகுதிகள். தஞ்சாவூர்: அன்னம்.

22. ராஜநாராயணன், கி. 2023. கருத்து மேடை. கடிதம். தெளிதமிழ் இதழ் (15.03.2003). புதுச்சேரி: தமிழன்பர்கள் தமிழ்ப்பணி அறக்கட்டளை.

23. வெங்கட சுப்பா நாயக்கர், க.ஆ. 2017. பேனாவைப் பேச வைத்தவர். முடிவில்லாப் பயணம். தஞ்சாவூர்: அன்னம்.

## ஆசிரியரின் நூல்கள்:

1. கண்ணகி தொன்மம்:
   சமூக மானுடவியல் ஆய்வு. 2013
   எட்டாம் பதிப்பு 2023

2. தொல் தமிழர் திருமணம்:
   சமூக மானுடவியல் ஆய்வு. 2016
   நான்காம் பதிப்பு 2023

3. இருபதாம் நூற்றாண்டுச் சிற்றிலக்கியங்கள். 1995
   விரிவாக்கப்பட்ட புதிய பதிப்பு. 2018

4. சமூகவியல் பார்வையில் தமிழ் மரபுகள்:
   சங்க இலக்கியங்கள். 1988

5. சமூக மானுடவியல் பார்வைகள்.
   நாட்டுப்புறவியல் ஆய்வு. 1990

6. வள்ளி முருகன் வழிபாடு:
   மீட்டுருவாக்கம். 1990

7. சங்க இலக்கியம்:
   சமூக மானுடவியல் ஆய்வுகள். 1996

8. இலக்கிய அரசியல். 1997

9. கோயில் பண்பாடு. 1999

10. தொல் தமிழர் சமயம்:
    சமூக மானுடவியல் ஆய்வுகள். 2001
    மூன்றாம் பதிப்பு. 2019

11. சங்க இலக்கிய மறுவாசிப்பு:
    சமூக மானுடவியல் ஆய்வுகள். 2005
    ஐந்தாம் பதிப்பு. 2021

12. வள்ளுவப் பெண்ணியம் - தமிழர் சிந்தனை
    மரபில் மழை, கற்பு, பத்தினி பற்றிய ஆய்வு. 2002

13. பாரதி இந்தியா. 2003

14. தொல்காப்பியப் பாயிரம் : சமூகவியல் ஆய்வு. 2004
    இரண்டாம் பதிப்பு. 2016
15. சங்க இலக்கியமும் சமூகவியலும். 2002
16. பாண்டித்துரை தேவரும் தமிழ்த்தேசிய அரசியலும். 2005
17. பண்டைச் சமூக உருவாக்கமும் சிலப்பதிகாரத்தின்
    இலக்கிய அரசியலும். 2006
18. இலக்கிய மீள்பார்வைகள். 2007
19. ஆனந்தரங்கப்பிள்ளை-இந்திய இலக்கியச் சிற்பி. 2008
    இரண்டாம் பதிப்பு. 2010
20. பண்டைத்தமிழர் திருமண வாழ்க்கை. 2009
21. கலாநிதி கைலாசபதியின் இலக்கிய அரசியல். 2009
22. சங்க மரபுகளின் தோற்றம், வளர்ச்சி, மாற்றம். 2009
23. சங்ககால மரபுகள்:
    கட்டுடைப்பும் கட்டமைப்பும். 2010
24. தொல்காப்பியத்தில் மணமுறைகள்:
    சமூக மானுடவியல் ஆய்வு. 2010
25. ஒற்று : வல்லெழுத்து மிகுமிடம், மிகா இடம். 2012
26. வரலாற்றுக்கு முற்பட்ட தமிழ்ச் சமூகமும்,
    தொல் தமிழர் மணமுறைகளும். 2014
27. கண்ணகிமரபு : தமிழின அடையாள உருவாக்கமும்,
    அடையாள அழிப்பின் அரசியலும். 2016
28. அகப்பொருள் கோட்பாடு :
    தொல்காப்பியம் சங்க இலக்கியம் ஒப்பீடு. 2016
29. நாட்டுபுறச் சமயம் :
    தொன்மங்கள் - வழிபாடுகள் - சடங்குகள். 2017
    இரண்டாம் பதிப்பு. 2020.
30. தமிழின அடையாளங்களின் அரசியல். 2019
31. சிலப்பதிகாரம் : தமிழின அடையாள உருவாக்கமும்,
    அடையாள அழிப்பின் அரசியலும். 2019

32. தமிழரை வீழ்த்திய தமிழரின் போர் அறங்கள். 2020

33. கடந்து போகாத நாட்கள். 2019

34. பேராசிரியர் கி.ராஜநாராயணன்:
    சில நிகழ்வுகளும் சில நினைவுகளும். 2017

35. கோவை ஞானி: கடிதமும் கருத்தும். 2020

36. சிலப்பதிகாரப் பொருட்களஞ்சியம். 2021

37. தொல்காப்பியம்:
    ஒரு பனுவலின் நெடும்பயணம். 2022.
    மூன்றாம் பதிப்பு. 2023

38. திராவிட இயக்க இலக்கியக் கொள்கை,
    (ஒரு முன் வரைவு). 2022

39. காரைக்கால் அம்மையார் தொன்மம்
    சமூக மானுடவியல் ஆய்வு. 2023

40. பதினெண் கீழ்க்கணக்குச் செம்பதிப்பு. தொகுதி-1,
    2023.

### கதை சொல்லி கி.ரா.வின் கடைசி நேர்காணல்

இரா. நாறும்பூநாதன்

விலை : 60

பக்கம் : 40

### கி.ராஜநாராயணன் தேர்ந்தெடுத்த சிறுகதைகள்

கி.ரா வின் 98வது பிறந்தநாளான 16/09/2020 அன்று வெளியானது.

தேர்வும் தொகுப்பும் முனைவர் மா.ஞானபாரதி

விலை : 300

பக்கம் : 240

### கி.ரா. நினைவுகள்

அ.ராமசாமி

விலை : 120

பக்கம் : 104